முடியாத தொடர் கதை

கலைஞர் மு. கருணாநிதி

Title: Mudiyatha Thodarkathai

Author: M. Karunanidhi

Language: Tamil

First Published on: 1982

Year of Publication: 2024

Book Format: Paperback

*Page Size: 6inch * 9inch*

Category: Fiction

Subject: Short Stories

No. of pages: 90

ISBN: 978-81-988375-7-8

Published by: Nilan Publishers, Madurai, Tamilnadu, India

பொருளடக்கம்

குறிப்புகளுக்காக

பதிப்புரை

மலர்ந்த பூவாடையென...
தெளிந்த புனலோடையென...
சித்திரப் பட்டாடையென...
முத்தமிழ்ப் பாலாடையென...

வித்தாரத் தமிழுலகறிந்த வியத்தகு எழுத்தரசராம் கலைஞரின் இதமான கருத்தோடை - இனிதான கனிச்சாறு - இந்நூல்.

ஒரு சமுதாயத்தை மாற்றமுறச் செய்யவும், உன்னத மானவொரு நிலைக்கு ஏற்றமுறச் செய்யவும் செறிவார்ந்த சிந்தனைகளின் மலர்ச்சியாம் எழுத்தோவியங்களால் முடியும் என்பதை அழுத்தமுறச் சாதித்துக் காட்டிய ஆற்றலுக்குரியவர் கலைஞர். இஃது ஒரு முப்பதாண்டுகளுக்கும் முன்பாகவே விமர்சன வீதியிலே- விவேக அரங்குகளிலே விரிவாக விவாதிக்கப்பட்டு எடுக்கப்பட்டு விட்ட முடிவாகும்; எழுதி வைத்துவிட்ட தீர்ப்பாகும்.

அத்தகைய கலைஞரின் எழுத்தாற்றலுக்கு சொல் வண்ணம் பூசுவதென்பது கிளிச்சிறகு பொன்னுக்குப் பசுமையைத் தடவுவதாகவே ஆகும்.

படித்தவர்கள் நீங்கள் ! - பகுத்தறிவுப் பாசறை யின் நூல்களை.

-படிக்கப் போகின்றவர்கள் நீங்கள் !- பயன் தரும் பண்பார்ந்த பலப்பல நூல்களை.

அந்தப் பட்டியலில் இந்நூலுமொன்றாய் இணைய விழைகிறோம்.

புரையோடிக் கிடக்கும் சமூகத்தைப் பொறுப்போடு கீறிக் கிளறி, கருத்துக் களிம்பிடும் இந்நூலைப் பதிப்பிக்கும் பேற்றினை வழங்கிய கொஞ்சு தமிழ்ப்புலச் செல்வராம் எங்களது நெஞ்சுகந்த நன்றி என்றும் கலைஞருக்கு உரித்தாகும்.

பதிப்பாசிரியர்

பெற்ற பிள்ளையை விற்ற தாய்

மணப்பந்தலில் மந்திரமோதிய வரதாச்சாரியார் "சந்தான விருத்தி" வாழ்த்துக்கூறத் தவறவில்லை. நெருப்பில் நெய்யை மொண்டுமொண்டு ஊற்றிக்கொண்டு 'புத்திர சந்தானம் பிராப்தி' என்பதைச் சமஸ்கிருதத்தில்தான் சொன்னார். மறந்தும் தமிழில் சொல்லிவிடவில்லை. ஆசீர்வாதம் பலந் தான். ஆனால் ஜெமீன்தார் வீட்டில் சந்தானத்தைத்தான் காணவில்லை. வருடங்கள் ஒன்றா? இரண்டா?... ஒன்பது வருடங்கள்!

சீமாட்டி சண்பகவல்லியின் கணவன் சேத் பவனத்து ஜெமீன்தார். அவருக்கு இவள் சிரிக்கும் செண்பகம். இவளுக்கு அவர் புதையல். வசந்தமும் தென்றலும் வாழ ஒப்பந்தம் செய்து கொண்டு பூச்சோலையில் புகுந்ததுபோல அவர்கள் வாழ்க்கை ஒப்பந்தம் செய்துகொண்டனர். சோலை யில் சூறாவளி வீசும் என்பதை அவர்கள் நினைக்கவே இல்லை. செண்பகவல்லி அழகி என்பதற்காக மட்டுமல்ல........அவள் அதிர்ஷ்டக்காரி, அழியா மாங்கல்யம் உடையவள் என்றும் ஜாதகம் பார்த்த வரதாச்சாரியார் கூறவே திருமணம் வெகு விரைவாய் நடந்தது.

"என்ன ஜெமீன் தார்வாள்? உங்களுக்கு என்ன குறைச்சல். எல்லாம் நிறைய இருக்கு. ஒரு புத்ர பாக்யம் மட்டும் பகவான் அனுக்ரகம் பண்ணிட்டா?....... வரதாச்சாரியார் ஜெமீன்தாரைப் பார்க்கும் போதெல்லாம் பாடும் பல்லவி இது!"

"குழலினிது யாழ் இனிது என்பார் தம்மக்கள் மழலை மொழி கேளாதார்"

சேத்பவனத்துச் சிவன் கோயில் ஸ்தல வரலாறு 'சிருஷ்டி'த்த செல்லையா பண்டிதர் ஜெமீன் தாரின் பண உதவியை மறக்கவில்லை என்பதற்காக அவரைக் காணும்போது ஒப்புவிக்கும் திருக்குறளிது

"காளியம்மன் கோயில் கரகம்...காப்புக் கட்டி யாச்சு உதவணும்! அம்மாளுக்குச் செஞ்சாதான்..... குழந்தை பிறக்கும். வம்சம் விருத்திக்கு வரும்"

உற்சவ யாசகக்காரன் ஜெமீன்தாரிடம் வசூல் நோட்டீசை நீட்டும்போது.... மறைமுகமாகக் கூறும் பயமுறுத்தல் இது!

"சாமி! ஏழைக்கு உதவுங்க. உங்க குழந்தை குட்டியெல்லாம் க்ஷேமமாயிருக்கும்"

பிச்சைக்காரனின் வாழ்த்து வீட்டு வாயிலில்! 'குருட்டுப் பயல்' என்று ஜெமீன்தார் முணுமுணுக்க இது ஒரு வாய்ப்பு.

"உனக்குக் கிடைச்ச இடம் பொன்னான இடம் தங்கம் மாதிரி மாப்பிள்ளை. எல்லாம் இருந்தும் காலாகாலத்திலே, ஒரு குஞ்சு குளுவானைக் கொடுக்க மாட்டேங்கிறானே பாழாப்போற கடவுளே!'

செண்பகவல்லியின் தாயார் கடவுளை அர்ச்சித்தாள் இப்படி.

"ஒன்பது வருஷமாச்சு ஒன்னையுங் காணுமே செண்பு"
தோழியின் கிண்டல் இவ்விதமாக!

"நம் பெயர் சொல்ல ஒரு குழந்தையை ஆண்டவன் அருளமாட்டானா?"

"வம்சம் நம்மோடு தீர்ந்தது! நானும் என்னென்னமோ தர்மம் செய்துட்டேன் உம்; கடவுள் நினைப்பு எப்படியோ?" ஜெமீன்தாரும் செண்பக வல்லியும் உதிர்த்த சோகத் தொகுப்பு.

கன்யாகுமரியில் கடலாடி காசி விஸ்வேசரைப் பணிந்து, காவி கட்டிய ஆசாமிகளின் காலில் விழுந்து,பிள்ளைவரம் கேட்டுப் பார்த்தாகி விட்டது. வரந்தேடி அலுத்த பிறகு வள்ளல் என்ற பட்டந்தான்மிச்சம். ஜெமீன்தாருக்கு வயது ஏற ஏற வருத்தமும் ஏறிக்கொண்டே போயிற்று.

அரிய பெரிய ஜெமீன், அழகான பங்களாக்கள் அருமையான மோட்டார், அடிமைக்காரர்.

"இந்த அந்தஸ்துகளை அனுபவிக்கத் தனக்கென்று ஒரு குழந்தை இல்லையே"- இதை நினைப்பார். அடிக்கடி என்று சொல்ல முடியாது- அன் றாடம் அந்தப்புரத்தில் இந்த ஏக்கம் எதிரொலித்தது.

ஒருநாள் வரதாச்சாரியார்-ஜெமீன்தார் சந்திப்பு! அதன் விளைவு?

அலங்காரமான பந்தல்கள்.... எங்கும் அக்கினி குண்டங்கள்... அவற்றைச் சுற்றி அந்தணர்கள் நெருப்பில் நெய்க் குடங்கள்.... 'நமகா' மந்திரத்தின் எதிரொலிகள்....

ஒரே பக்தி வெள்ளம்.

முப்பத்து முக்கோடி தேவர்கள், நாற்பத்தெண்ணாயிரம் ரிஷிகள், கந்தர்வர் கின்னரர், கிம்புருடர் etc etc" புரோகிதர் நாவில் நர்த்தனமாட! பீதாம் பரம், பட்டுச்சேலை, பசுமாடு

இவைகளைச் சீமாட்டி வழங்க, பாரியாள் சமேதராய் பிராமணோத்த மர்கள் வாங்கிச் சென்றனர். காட்சி ரம்மியந்தான். தானம் பலன்தான். செலவு அதிகம் தான், ஆனால் புத்திர காமேஷ்டியாகத்தின் பலனும் 'பூஜிய'மாகி விடவேண்டுமா? ஜெமீன்தார் சோகத்தில் மிதந்தார்.

ஒருநாள் மாரியம்மன் கோயில் பூசாரி மருத முத்து--ஜெமீன்தார் பேட்டி நடந்தது. அதன் விளைவு.. குலதெய்வமான மகமாயிக்குப் பொன் குத்துவிளக்கும்.... புதுமாதிரியான வைர நகைகளும் உபயம் செய்தார்.

ஜெமீன்தாருக்கு ஆண்டவன் சக்தியிலும் அவ நம்பிக்கை பிறக்க ஆரம்பித்தது.

"உண்டு இல்லை.... என்று பார்த்து விடுவது ஜெமீன்தார்வாள். ஆண்டவன் செயல் அலாதியா இருக்கட்டும்னா அதுக்காக நாம் சும்மா இருந்தா காரியம் நடக்குமா?"

"என்னய்யா செய்ய?"

"எனக்கு ஒன்னு பட்றது"

"என்ன படுகிறது?"

"தசரதன் புத்திர காமேஷ்டி யாகத்திலே என்ன நடந்தது தெரியுமோன்னோ?"

"என்ன நடப்பது... தசரதன் பத்தினிகள் யாரோ ரிஷிகளிடம்.......

"சே.... சே....அந்த ராமாயணம் இல்லேன்னா !- "வால்மீகி ராமாயணத்திலே அப்படித்தானே இருக்கிறதாம்"

"வால்மீகியாவது நம்ப தமிழாள் கம்பர் பாடிய ராமாயணப்படி பாருங்கோன்னா!"

"அதை.. மனுஷன் படிப்பானா அய்யா!" 'ஏன்னா?"

"அந்தத் தமிழ் நமக்குப் புரியாது"

"நான் சொல்றேன் கேளுங்கோ! அக்கினியிலே தேவர்க்கள் கிளம்பி... அவிர்ப்பாகத்தை தசரதனிடம் கொடுக்க அவன் அதை மனைவிகளி டம் கொடுக்க... அவர்கள் வயிற்றில் கரு உற்பத்தி யாயிற்று."

"அவிர்ப்பாகமா?... நம்ப புத்திரகாமேஷ்டி யாகத்திலே அப்படி ஒன்றும் நடக்கவில்லையே!'

"அப்படிக் கேளுங்கோ. அவிர்ப்பாகத்து ரகசியம் யாருக்குந் தெரியாது. ஆண்டவன் தயவில்லாமலே அதைத் தயாரிக்க ஓர் அருமையான முறை இருக்கு"

"என்ன சாமி சொல்கிறீர்"

"அவிர்ப்பாகம் செய்யும் முறை என்னிடம் அகப்பட்டுவிட்டதுன்னேன்:"

"அப்படியா? ஆச்சரியம்!"

"ஆச்சரியந்தான். காரியம் வெற்றி! கைமேல் பலன்"

"உண்மையாகவா?"

"அவிர்ப்பாகத்தை நானே தயாரிக்கத் துணிந்துவிட்டேன்"

"நீரா"

"நீராவது நெருப்பாவது! பாருமே என் திறமையை! ... ஜெமீன்தார்வாள்!"

"ஜெமீன்தார்வாள்! அவிர்ப்பாகம் என்பது ஓர் அருமையான தெய்விக லேகியம். அருள் நிறைந்த திவ்யப் பிரசாதம். ஆண்டவன் கருணாகடாக்ஷம் பரிபூரணமாக அதில் கலந்து ஒரு பஞ்சாமிர்தமாகிவிடுகிறது".

"அதை ஏன் இதுவரை செய்யவில்லை?"

"காலம் வரவேண்டாமா?... தசரதனுக்குக் காலம் வந்துதானே ஸ்ரீராமர் கருவில் வந்தார். ஜெமீன் தார்வாள் ! நம்ப நல்ல காலம் பாருங்கோ.... நேற்று நம்ப வீட்டுப் பரணை எல்லாம் சுத்தப் படுத்தினேன். அதிலே ஒரு பழைய சுவடி அகப் பட்டதுன்னா....... அதிலே இருக்கு அவிர்ப்பாக ரகசியம்"

"செய்யும் முறை?'

"சாமான்யமில்லேன்னா, ரொம்ப சிரமம்." "பணந்தானே செலவாகும்!"

"பணங்கிடக்கட்டும்; மனுஷன் படவேண்டிய கஷ்டம் அவ்வளவு இருக்கும். மூளைக்கு வேலை. மூலிகை தேடற வேலை ..... எல்லாம் தேவ மூலிகை கள்!"

"கஷ்டத்துக்குத் தக்க சம்மானம் கொடுத்தால் போகிறது"

"நல்லாச் சொன்னேள். எனக்கு ஒரு பைசா வேண்டாம். உங்களுக்கு ஒரு குழந்தை அவதரிச்சா .... எனக்குக் கோடி பவுன் கிடைச்ச மாதிரி.....!" மூலிகைகள் மட்டும் போதுமாக்கும்" "போதாது.... போதாது.... பத்தரை மாற்றுத் தங்கம் பாதி.... பச்சிலைச் சாறு பாதி. பத்துநாள் சூரியப் பிரகாசத்தில் வைத்துப் பக்குவப்படுத்த வேண்டும்"

"பணம்... எவ்வளவு ஆனாலும் சரி.... எனக்கு வேண்டியது...."

"எல்லாம்... ஜெயமா முடியும் பாருங்கோ பலன் கைமேல்"

ஜெமீன்தாரிடம் வரதாச்சாரியார் அவிர்ப்பாகம் தயாரிப்பதற்காக இரண்டாயிர ரூபாய் பெற்றுக்கொண்டு புறப்பட்டார். "ஆனால்... ரகசியம்.... உங்க மனைவிக்குக் கூடத் தெரியக்கூடாது. விஷயம் வெளியானால்.... மருந்தின் சக்தி போய்விடும்" என்ற எச்சரிக்கையையும் ஜெமீன்தார் மனத்தில் கோத்து விட்டுப் போனார்.

ஜெமீன்தார் முகத்தில் வெற்றி ரேகைகள்... சிரிப்பு வெடித்துச் சிதறியது.

"குழந்தைக்கு இந்தச் சட்டையை மாட்டு.ஏய்! டிரைவர்-தம்பியைக் காரில் வைத்து ஊர் சுற்றி வாடா. ஓய் பத்தரே! குழந்தைக்கு இந்தச் சங்கிலி நன்றாயில்லை. கிருஷ்ணபகவான் போட்டிருந்த மாதிரி ஒரு வைரமாலை செய்து கொடு. அப்படியே இருக்கணும். அசல்மாதிரி. ஆமாம், சொல்லிவிட் டேன். செண்பகம் சிரிக்கிறான் பார் குழந்தை. என் கண்ணுப்பயலே ஒரு கட்டி முத்தம் கொடு. வெள்ளியிலே உனக்கு ஒரு மோட்டார். தங்கத்திலே குதிரை. வைரத்திலே சின்ன சைக்கிள் போதுமா? போதாதா? சரி...... ரத்தினத்தில்

ஒரு தொட்டில். என் கண்ணுக்குட்டி....... சிரிக்காதே... செண்பகம் நம் அய்யரின் அவிர்ப்பாகத்தின் மகிமையே மகிமை..."

"என்ன புலம்புகிறீர்கள்" என்று அலறியடித் துக்கொண்டு எழுந்தாள் பக்கத்தில் படுத்திருந்த செண்பகவல்லி.

"ஒன்றுமில்லை" என்று கண்ணைக் கசக்கினார், கனவில் சொக்கியிருந்த ஜெமீன்தார். அதே இரவு மாரியம்மன் கோயில் பக்கம் பயங்கரமான இருள், பணக்காரன் நெஞ்சம்போல !- வானம் கருப்பு மழை பொழிவது போன்ற காட்சி. இடையிடையே மின்னலின் வைர வெட்டுக்கள் சில தீக்கோடுகள் கிழிக்கின்றன. அந்தத் திடீர் வெளிச்சத்தில்.... ஓர் உருவம் அசைவது தெரிகிறது. கைகால்கள் இரண்டிரண்டு தான் ! அதனால் அது மாரியின் உலவல் அல்ல. உருவம் கோயில் கதவண்டைவந்து நிற்கிறது. கதவு திறக்கப்படுகிறது. உருவம் கர்ப்பக் கிரகத்தில் நுழைகிறது. ஜெமீன்தார் செய்துவைத்த பொன் விளக்கின் ஒளியில் - அந்த உருவம், பூசாரி மருத முத்துதான் என்று கண்டுபிடிக்க முடிகிறது.

விளக்கு அணைகிறது.

மறுநாள் காலை ஜெமீன்தார் எழுகிறார். மாரியம்மன் கோயிலில் திருட்டு என்ற செய்தி அவர் காதில் விழுகிறது. மூவாயிர ரூபாய் பெறுமான சொத்து களவு; அன்று மாலை சேத்பவனத்தில் சிகப்புத் தொப்பிக்காரர் படை குவிகிறது. மாரியம்மன் வாக்கு மூலம் கொடுக்க வரவில்லை. அது தெரிந்ததுதானே. பூசாரி இந்தக் காரியத்தில் துணிவாகப் புகுந்தார்.

"கள்ளனைக் கண்டுபிடிக்காமல் ஜெமீன்தார் விடமாட்டார்... முக்கியமான ஓர் ஆளிடம் சந்தேகமாய்... பூசாரியைக்கூட ஜெமீன்தார் சந்தேகப்படுகிறாராம்"-இது ஊர் வதந்தி.

"பூசாரி ! ஜெமீன் தாரண்டே சொல்லிவிட்டேன் நீதான் வழி சொல்லணும்"

"என்ன சாமி.. பெரிய காரியம். என்கிட்டே ஒரு மருந்து இருக்கு.... அதைச் சாப்பிட்டால் மலடி கூடப் பிள்ளை பெறுவாள். ஆனால் ஆம்பளைதான் அதைச் சாப்பிடணும்''

"பேஷா ! ...... ஜெமீன் தாரையே ...... சாப்பிடச் சால்றேன். மருதமுத்தூ.. கண்டிப்பா பிள்ளை பிறக்குமா?"

"ஏழை மருந்தாச்சேன்னு... எளக்காரமா நினைக்காதீங்க...."

"இந்தா இருபது ரூபாய்...வச்சுக்க!... மருந்து பலன் அளிச்சா...ஆயிரம் ஆயிரமா நான் வாங்கித் தரேன்''

"மருந்து பலன் அளிச்சா...நான் பொழைச்ச மாதிரி...என்னமோ மகமாயி இருக்கா"

"ஆனா...மருதமுத்து... மருந்து நீ கொடுத்ததா.... ஜெமீன் தாருகிட்டே சொல்லி விடாதே"

"நான்....யாருகிட்டேயும் சொல்ற விஷயமில் லீங்க இது! நீங்களே.... பேரு வாங்குங்க"

வரதாச்சாரியார் பூசாரி வீட்டைவிட்டுப் போன பிறகு ... மருதமுத்து ஒரு பெருமூச்சோடு உட்கார்ந்து ஒரு தடவை

சிரித்தான். அந்தச் சிரிப்புத்தான் சேத்பவனத்தையே அழவைத்த அகோரச் சிரிப்பு.

வரதாச்சாரியார் அளித்த அவிர்ப்பாகத்தைப் பாலில் கலந்து ரகசியமாகச் சாப்பிட்டுவிட்டு வாசனை வராமல் வாயைக் கழுவி, தாம்பூலந் தரித்து, வரதாச்சாரி சொன்னபடி அந்தப்புரத்தை நோக்கி கடந்தார் ஜெமீன்தார்.

அன்றிரவு ஜெமீன் தாருக்கு ஒரே ஆனந்தம். செண்பகம் என்றுமில்லாத இன்பமொழிகளை யெல்லாம் கேட்டு ரசித்தாள். பசும்பாலை அவளிடம் நீட்டுவதும், அவள் அதரங்களில் பால் கிண்ணம் படுவதற்குள் அதைத் திரும்ப எடுத்து அவளை ஏமாற்றுவதும் அவளை அப்படியே தூக்கி மஞ்சத்தில் எறிவதும் இப்படி ஒரே வேடிக்கை. இரவு மணி பன்னிரெண்டு அடித்தது.

"செண்பகம்!... நமக்குப் பிள்ளை பிறந்தால் என்ன பெயரிடுவது?"

சீமாட்டி சிரித்தாள்.

"என்ன சிரிக்கிறாய்?" மீண்டும் அவள் சிரித் தாள் "சிரிப்பு வந்தது சிரித்தேன்." சீமாட்டியின் சிரிப்பு அடங்கவில்லை. ஜெமீன்தார் அவளை அணைத்துத் தூக்கிக்கொண்டார்.

"என்.... கற்கண்டே !... பால்க்கடலே !... பொற் கொடியே!..." அவர் வாய் குளறிற்று; இப்படி நவயுக வர்ணனை உதிர்த்தார். செண்பகத்தைத் தூக்கிக்கொண்டு ஓடினார்... அவ்வளவுதான். இருவரும் தரையில் சாய்ந்தனர். சீமாட்டி பரபரப்பாக எழுந்தாள். ஜெமீன்தார் முகத்தைச் சிரித் துக்கொண்டே தூக்கினாள். அவர் வாய் இரத்த அருவியாகக் காட்சி அளித்தது.

வரதாச்சாரி தயாரிப்பதாகச் சொல்லி.. மருத முத்துவிடம் வாங்கிக்கொடுத்த "பிள்ளை வரமருந்து" தன் வேலையை முடித்துக்கொண்டது. குண்டடி பட்ட சிங்கம்போல... ஜெமீன்தார் ஒருமுறை வாய் திறந்தார்...பிறகு திறக்கவே யில்லை.

விடிந்தது.

சேத்பவனம் அழுதது. பூசாரி மருதமுத்து சிரித்தான். ஜெமீன்தார் திடீரென இறந்த காரணம் யாருக்குந் தெரியாது. திருட்டு வழக்கில்தான் மாட்டிக்கொள்ளாமலிருக்க மருதமுத்து செய்து தந்த மருந்தின் வேலை யென்பதும் தெரியாது! வரதாச்சாரி தன் பெண்ணுக்குக் கொடுத்த வரதக்ஷிணை ரூபாய் இரண்டாயிரமும் அவிர்ப்பாகம் செய்து தருவதாக ஜெமீன்தாரிடம் வாங்கிய பணம் என்மதும் மருதமுத்துக்குத் தெரியாது.

பூசுரருக்குப் புன் சிரிப்பு...! பூசாரிக்குப் பெருஞ் சிரிப்பு...!

ஜெமீன்தாரின் உடலைத் தின்று சுடலையில் கிளம்பும் புகைப்படலம்....காற்றோடு கலந்து 'பிள்ளையோ பிள்ளை' எனக் கீழ்ஸ்தாயில் ஒலித்தது போலிருந்தது.

2

வரதாச்சாரி தந்த வரப்பிரசாத மகிமையால் சேத்பவனத்துச் சீமாட்டியின் சிங்கார வாழ்வு அஸ்தமித்தது. ஆனால் இருட்டிலும் நிலவு உண்டே அதுதான் குழந்தை கோகிலா.

பிரேமா கோகிலாவை விற்பனை செய்ய வரும் போது நடந்தது இது...

பிள்ளையில்லாக் குறையால் வாடிய சேத்பவனத்து ஜெமீன்தார்- பிள்ளையைக் காப்பாற்றும் வகையறியாது வதங்கிய பிரேமா- இவர்கள் படைப்பின் அவலட்சணத்திற்கு அடையாளங்கள்.

பிரேமா... 'பிள்ளையோ பிள்ளை' என்று கூவினாள்- மார்க்கெட்டில் 'கீரையோ கீரை' என்று கூவுகிற மெட்டில் பிரேமா மனித மார்க்கெட் உண்டாக்கினாள். ஆனால் அவள் குழந்தையை விற்பதற்காக அங்கு வரவில்லை. சீமாட்டியின் பங்களாவில் ஒரு வேலைக்காரி பதவியில் அமர எண்ணினாள். குழந்தையை வளர்க்க அவளுக்கு அந்த வழி ஒன்றுதான் இருந்தது. ஆனால் சீமாட்டியின் கருணை எல்லை மீறி விட்டது. அவள் குழந்தை தனக்கே வேண்டுமென்று கேட்டாள். 'அவள் குழந்தையிடம் காட்டிய ஆசை பிரேமாவின் வாழ்வைக் கத்தரித்துக் கொள்ளத் தூண்டிற்று.

உண்மையிலேயே சீமாட்டி யின் நினைப்பு அதுவல்ல. எண்ணியபடியே எதுவும் நடக்காது என்பர் வேதாந்த விற்பன்னர். நடப்ப தெல்லாம் ஆண்டவன் செயல் என்றாள் பிரேமா. பிரேமாவின் சாரமில்லா ஜீவியம் அந்தப் பாவியின் செயல்தானா என்று கேட்கத்தான் தூண்டும். பிரேமா மட்டும் கடைசியில் ஆண்டவன் தலையில் பாரத்தைப் போடவில்லை. வாழ்க்கையில் ஏற்பட்ட வேதனை அவளாகத் தேடிக்கொண்டது என்பதை உணர்ந்தாள்; உணர்ந்தபின் தான் சேத்ப வனத்தை நாடிவந்தாள்.

சீமாட்டி பிரேமாவை வேலைக்காரியாக ஏற்றுக் கொண்டிருந்தால் குழந்தை கோகிலாவுக்காகவாவது பிரேமா உயிரைப் பிடித்துக்கொண்டிருப் பாள். தன்னுடைய வேலையைச் சீமாட்டி வலுவில் ஏற்றுக்கொண்டபோது- அவளுக்கு ஏன் வாழும் ஆசை !

அதன் காரணமாகத்தான் சீமாட்டி அளித்த 50 வெண்பொற்காசுகளைப் பிரேமா பெற்றுக்கொள்ளவில்லை. பிரேமா சீமாட்டியிடம் விடை பெற்றுக் கொள்ளும்பொழுது மட்டும் கோகிலாவை மூன்று முறை பார்த்தாள். அதற்குமேல் அவள் பார்க்க விரும்பவில்லை. அவள் கண்களில் நீர் இல்லை. தொண்டைக்குழி மாத்திரம் விம்மிற்று. எரிமலை தனது கடைசி நெருப்புக் குழம்பை வாரி இறைக்கும் போதுகூட அவ்வளவு ஜுவாலை இருக்காது

பிரேமாவின் பெரு மூச்சிலே இருந்ததுபோல. உலகத்தைக் கவிழ்க்கக் கங்கணங் கட்டிக்கொண்ட ஒரு பூகம்பத்தைப்போல அவளது இதயங் குலுங்கிற்று.

பிரேமாவுக்கும் குழந்தை கோகிலாவுக்கும் நடுவிலே ஒரு மெல்லிய மின்சாரக் கம்பி ஓடிற்று. பிரேமா சில விநாடிகள் அப்படியே ஸ்தம்பித்து நின்றுவிட்டாள்.

குழந்தை கோகிலா பேசுவது போலிருந்தது. ஏதோ கதை சொல்வதுபோல் தெரிந்தது. பிரேமா அந்தக் கதையைக் கேட்டாள். அவள் மட்டும்தான் அந்தக் கதையைக் கேட்க முடியும். மூன்று மாதக் குழந்தை சொன்ன வரலாற்றிலே சற்று லயித்தாள்! கோகிலாவின் கொவ்வை இதழ்கள் அசைந்தன கதை ஆரம்பமாயிற்று.

பிரேமாவுக்கு வயது 15! நல்ல அழகி என்று ஊரார் சொல்லுவார்கள். அவளும் தன்னைக் கண்ணாடியில் பார்க்கும் போதெல்லாம் சிறிது கர்வமடைவது வழக்கம்.

"பிரேமா! ஆமாம் பிரேமாதான்! மிருதுவான பேச்சுக் காரியே ஒழியப் பாகுமொழி பேசி, பழி வாங்கும் பத்திரகாளியல்ல! பிரேமையைக் கீதமாக மாற்றிப் பேசுகிறாள். இன்பத்தைப் பூசியிருக்கும் இரண்டு இதழ்கள் ! ஒளியை மொண்டு நிற்கும்

கண்கள் ! வாழ்வில் ஜீவநாடியே பிரேமா என்ற வார்த்தைதான்- எண்ணங்களை அசைக்கும் தென்றல் காற்றுத்தான் பிரேமா என்ற பெயர்! கன்னங்களில் மின்னும் 'கவின்' இதயத்தைக் குத்தும் ஈட்டியாக ஏன் அமையவேண்டும்? "பூங்காற்றே! பொற்கொடியே!" என்றெல்லாம் கண்ணபிரான் வருணித்தான். கண்ணபிரான் ஓர் எழுத்தாளன். வைதிக வரதாச்சாரியாரின் மகன்! வரதாச்சாரி மாடிவீட்டில் வாழும் மகிபர்! அதோடு ஞானாசிரியர்? அவரது மகன் கண்ணபிரான் எழுத்தாளர் பட்டம் பெற்றதில் அதிசயமென்ன இருக்கிறது?

பிரேமாவைப்பற்றி எழுத்தாளர் கண்ணபிரான் தீட்டிய வர்ணனை இரவல் சரக்கு! யாரோ ஒருவர் யாருக்கோ எழுதியது! இன்றைய பல எழுத்தாளர்கள் கைக்கொள்ளும் முறையைத்தான் கண்ணபிரானும் அனுஷ்டித்தான். ஆனால் அவனது திருட்டுத்தொழில் பிறப்பாலும் பணத்தாலும் செல்வாக்காலும் மறைக்கப்பட்டிருந்த காலம் அது!

பிரேமாவுக்குக் கண்ணபிரான்மேல் அளவு கடந்த மோகம், கண்ணபிரானும் பிரேமாவும் காதலராக வாழத் திட்டம் தயாரித்தனர்.

பிரேமா ஏழைதான்! ஆனால் வரதாச்சாரியாரின் மருமகளாகப் போகிறோமே என்ற துணிவு மட்டும் உண்டு. அவள் தன் ஓட்டை வீட்டில் உட் கார்ந்திருக்கும்பொழுது கண்ணபிரானுடன் மேல் மாடியில் உலாவுவதாக நினைத்துக் கொள்வாள். பிரேமா ஒரு குடியானவப் பெண்-கண்ணபிரான் பழுத்த வைதிகரின் பிள்ளை! இருவருக்கும் நடுவிலே ஜாதி ! 'சாதிச் சனியன் ' என்ற கட்டுரை எழுதியிருந்தான் கண்ணபிரான். அவன் பிரேமாவை ஏமாற்றமாட்டான் என்பதற்கு அந்தக் கட்டுரைச் சாட்சி. சாதித் திமிருக்கு இடங்கொடுக்க மாட்டேன் என்று கண்ணபிரான் எழுதிய கடிதங்கள் பல! "பிராமணன் என்கிற உயர்ஜாதி கர்வம் என்னி

டமில்லை பிரேமா! நாம் இருவரும் காதல் என்ற ஜோதியால் புனிதமாக்கப்பட்டுவிட்டோம். காதலுக்காக உயிர் கொடுத்தத் தியாகச் சொரூபிகளின் அடிச்சுவடுகளே நமது பூஜைக்குரியன.

விதி நம் மைப் பிணைத்துவிட்டது. அது நம்மைப் பிரிக்க முடியாது. பிரிக்கவும் துணியாது" என்றெல்லாம் கூறினான். பிரேமா காதல் பாதையில் கால்வைத்து விட்டாள். கண்ணபிரான் விஷயத்தில் வரதாச்சாரி தலையிடவில்லை. பிரேமாவின் தாயார் ஒரு தள்ளாத கிழவியானலும் பிரேமாவைப் பலமுறை எச்சரித்தாள்.

கண்ணபிரான் அய்யங்கார் - அவனுக்கும் நமக்கும் ஏணி வைத்தாலும் எட்டாது. அவனை நம்பிக் கெட்டுப் போகாதே பிரேமா என்று அடிக்கடி சொல்லிவந்தாள்.

"எல்லாம் விதிப்படி நடந்துதான் தீரும். தயவுசெய்து என்னைத் தடுக்கவேண்டாம் " எனக் கேட்டுக் கொண்டாள் பிரேமா. கனியைக் கசக்கும் என்று சொல்வது போலவும் - அமிர்தத்தை விஷம் என்று கூறுவது போலவும் இருந்தது கிழவியின் பேச்சு பிரேமாவுக்கு.

பிரேமாவின் எண்ணக் கோட்டைகள் உச்சியை முட்டுமளவு உயர்ந்தன. அடிக்குடி சந்திப்புகள், கொஞ்சு மொழிகள், கோலாகலங்கள் இவைகளுக்கு குறைவேயில்லை.

"பிரேமா! உன்னை நான் மனப்பூர்வமாக நம்பியிருக்கிறேன். ஆனால் இலவு காத்தக் கிளியாக ஆகிவிடுவேனோ என்னவோ?"

"ஏன் கண்ணா! அவ்வளவு பயம்? எனக்கு முன் முந்திக்கொள்ளப் பார்க்கிறீர்களா?"

'இல்லை பிரேமா எதிர்த்த வீட்டுக் கமலாவின் விஷயத்திலிருந்து பெண்களிடம் பழகுவதிலேயே எனக்குப் பெரிய பயம் ஏற்பட்டுவிட்டது"

"எதிர்த்த வீட்டுக் கமலாவைப் பற்றியக் கதை ருசிகரமானதுதான் கமலாவையே மணப்பதாகச் சாந்தாராம் உறுதி செய்துகொண்டிருந்தான்.அவளும் அப்படித்தான் சொன்னாள். ஆனால் அவள் மாலையிட்டது மனோகரனுக்கு " இதுதான் கதையின் முக்கியக் கட்டம். இதைத்தான் கண்ண பிரான் பிரேமாவிடம் இடித்துக் காட்டினான்.

பிரேமா கண்ணபிரானின் ஆலிங்கனத்தி லேயே மெய் மறந்து விடுவாள். அதையே சொர்க்க மென்று நினைப்பாள். காதலின் வலிவுதான் என்னே ! கேவலம் ஒரு குடியானவன் வீட்டுப் பெண்ணை உயர்குடிப் பிறந்த வரதாச்சாரியாரின் மகன் மணந்துகொள்வதாகச் சத்தியம் செய்வதென்றால் காதல் தெய்விகம் பொருந்தியது என்று சொல்லக்கூடாது ?" என்று தனக்குள்ளேயே கேட்டுக்கொள்வாள்.

காதல் வளர்ந்தது; கொழுந்துவிட்டெரிந்தது; அரும்பின் முனைப்பிடிப்புகள் விலகின ; மலர் மணம் சிந்திற்று; மகரந்தம் உதிர்ந்தன. பொன் பொடிகள் தூவிய புத்தம் புதிய இதழ்கள் விரிந்தன.

தள்ளாத வயதில் காலத்தோடு போராடிக் கொண்டிருந்த தாயின் போராட்டத்திற்கும் ஒரு முடிவு ஏற்பட்டது. அவள் காலம் முடிவடைந்தது. "புத்திசாலித்தனமாக நடந்துகொள் பிரேமா !" என்று மரணத் தறுவாயிலும் அவள் கூற மறக்க வில்லை. 'விதிப்படி நடக்கும் அம்மா' என்று பிரேமாவும் பதில் சொல்லத் தயங்க வில்லை.

பிரேமாவின் வாழ்வில் தனிமையென்பது ஒரு கசப்பான மருந்தாயிற்று. எத்தனை நாளைக்குத் தான் கள்ளக் காதலர்களாக இருக்கமுடியும் ? அவள் திருமணத்திற்குத் திட்டம் போட்டாள். கண்ணபிரானிடம் ஒருநாள் அதைக் கூறியும் விட்டாள்.

"திருமணம் செய்துகொண்டால்தானா நாம் வாழ முடியும்? இப்பொழுது நம்மிடமிருந்து இன்பம் விலகியா நிற்கிறது!" என்று கண்ணபிரான் பதில் சொன்னான்.

பிரேமாவின் முகம் மாறிற்று! ஆவலின் அஸ்திவாரம் ஆட்டம் கொடுத்தது போல் தெரிந்தது. நிலைமையைச் சமாளித்துக்கொண்டாள். அந்தச் சமயத்தில் அவளது கன்னத்தை ஒருசிறு தட்டுத் தட்டினான் கண்ணபிரான். கொதிக்கும் நெருப்பில் குளிர் நீர் ஊற்றியது போல் இருந்தது அவளுக்கு.

"எழுத்தாளரே! காதலில் ஜீவனைக் காணும் கவிஞரே! பிரேமா என்ற சொல்லில் பிரணவ மந்திரம் பொதிந்து கிடப்பதாக வர்ணித்த புலவரே! மலை யுச்சியிலிருந்து மளாரெனக் குதித்து விட்டீரே!" என்று கிண்டல் செய்ய ஆரம்பித்தாள் பிரேமா.

உண்மையாகவே கிண்டல் உள்ளக் கிளர்ச்சியாக மாறிவிட்டது.

பிரேமாவுக்கும் கண்ணபிரானுக்கும் திருமணம் நடைபெறுவதற்கு முன் குழந்தை பிறந்த கட்டம் வந்தது. பிரேமா ஒரு பெண் குழந்தையைப் பெற்றெடுத்தாள். ஆனால் பிரேமாவுக்கு இன்னும் திரு மணமாகவில்லை.

பிரேமாவுக்கும் கண்ணபிரானுக்கும் திருமண மாகவில்லையே தவிர-கண்ணபிரானுக்கும் மீனாட்சிக்கும் விவாக சுபமுகூர்த்தம் முடிந்துவிட்டது.

தேசீய எழுத்தாளர் ஸ்ரீமான் கண்ணபிரான் அவர்களுக்கும் மயிலை பெரியபண்ணை ரங்கநாத அய்யங்கார் மகள் மீனாட்சியம்மாளுக்கும் மணமான செய்தி போட்டோக்களோடு வெளிவந்தது.

இந்த முகூர்த்தம் முடிவதற்குள் பிரேமா தனது காதலனுக்கு ஆயிரமாயிரம் கடிதங்கள் எழுதினாள். வரதாச்சாரியார் மகன் வரதக்ஷணைப் பிரச்சினையில் நாட்டம் செலுத்தினான். மீனாட்சியின் புகைப்படத்தில் மனத்தைப் பறிகொடுத்தான். அவளைப்பற்றிச் சொல்லோவியம் தீட்ட அயல்நாட்டுக் கவிதைகளில் ஏதாவது வர்ணனை கிடைக்குமோ என்று தேடிக்கொண்டிருந்தான். பிரேமாவின் கடிதங்கள் - அவளது கதறல்கள் கேட்பாரற்றுப் போயின. பிறந்த சிசுவைத் தூக் கிக்கொண்டு பிரேமா வெளிக் கிளம்பினாள். அப் பொழுதுதான் அவளது மாஜி மாமனார் வரதாச்சாரி விதி விளையாடுகிறது என்று கூறினார். தேச பக்தர் தெய்வசிகாமணி சுதந்திரமில்லாக் கோளாறு என்று சொன்னார். பொதுவுடைமைப் பொம்மு ராயர் பொருளாதார ஸ்தம்பனம் எனப் புகன்றார்.

பிரேமாவுக்கு இரங்குபவர் யாருமில்லை. "திமிர் கொண்ட சிறுக்கி அய்யங்கார் மகனைக் கெடுத்தது மில்லாமல் குழந்தையை வேறு தூக்கிக்கொண்டு யார் குடி கெடுக்கவோ அலைகிறாள்" என்று ஊர் உளறிற்று.

கண்ணபிரான் செய்த விபசாரம் வெளிவர வில்லை. ஆண்மையால் அது மறைக்கப்பட்டு விட்டது. அதற்கு ஜாதித்திரையும் விடப்பட்டது. எதிர்த்த வீட்டுக் கமலா

சாந்தாராமை ஏமாற்றி வேறொருவனை மணந்தது விபசாரம் என்று கூறப் படவில்லை. காரணம் கமலா வீட்டுத்தயவு பலருக்கு வேண்டியிருந்தது.

பிரேமா ஒரு திக்கற்ற ஏழை! அவள் மட்டும் விபசாரியாக்கப்பட்டு விட்டாள். விபசாரத்திற்கு விளக்கந்தர அவள் கையிலே ஒரு குழந்தை. ஆனால் கழுத்திலே தாலி இல்லை.

கமலா சாந்தாராமின் ஆசைக்குரியவளாக, அணைப்புக்குரியவளாக இருந்தது தெரியாத்தனம்! பிரேமா கண்ணபிரானை நெஞ்சாரக் காதலித்தது மட்டும் விபசாரத்தனம்! கண்ணபிரான் பிரேமாவை ஏமாற்றியது ஜாதிப்பெருமை-சமூகப்பாதுகாப்பு. சாந்தாராம் கமலாவைக் காதலித்தது மட்டும் சண்டாளத்தனம் -இது ஊரார் தீர்மானம். ஏன்? உலகமே அப்படித்தானே. இங்கே நல்ல தீர்ப்பு ஏது?

மளிகைக் கடையில் சாமான் வாங்கும் சாதாரணப் பேர்வழி கொஞ்சம் உளுந்தை எடுத்துத் தன் கூடையில் போட்டுக் கொண்டால் அது திருட்டு. கூடைக்காரன் முக்கால் மணங்கை முழு மணங்காக அளந்தால் அது வியாபாரத் தந்திரம்!

சாதாரண மனிதன் பொய் சொன்னால் அது பஞ்சமா பாதகம். வக்கீல் சொன்னால் திறமை! குடிசையில் வாழும் குப்பன் குடித்துவிட்டு ஆடினால் அவனுக்குக் குடிகாரப்பட்டம். அதே காரியத்தை பெரிய மனிதர்கள் என்று பேசப்படுவோர் செய்தால் அது 'எஞ்சாய்மெண்ட்'.

சாதாரண மனிதன் தன் மனைவியைப் பிறருக்குத்தானம் செய்தால் அது மானமற்ற காரியம்!' அதே வேலையை இயற்பகை நாயனார் செய்தால் அது பக்திப்பிரவாகம்.

பாஞ்சாலியைப் பத்தினி என்று சொல்லும் உலகந்தானே இது. இந்த உலகத்திலே பிரேமாவுக்கு மட்டும் எங்கிருந்து நல்ல தீர்ப்பு வந்து குதிக்கும்?

கமலா காதலனை ஏமாற்றினாள். கண்ணபிரான் பிரேமாவை ஏமாற்றினான். இதில் நடு நிலைமைத் தீர்ப்புக் கூற இந்தப் பாழும் சமுதாயம் சம்மதிக்கவில்லை. குழந்தையை வளர்த்தாக வேண்டுமே? இந்தக் கவலை பிரேமாவைக் எப்பிக்கொண்டது.

குழந்தையின் கண்ணொளியில் பிரேமா கண்ணபிரானைக் காண்பாள்: கண்ணீர் பெருக்குவாள். 'ஜாதித் திமிர்' என்று முணுமுணுப்பாள். மாண்ட தாயாரின் உபதேசம் நினைவுக்கு வரும். விதி! விதி என்று பலமுறை கூறுவாள்.

எங்கேயோ ஒருஊர்க் கடைத்தெருவில் பிரேமா குழந்தையுடன் செல்கிறாள். கடைத்தெருவில் தொங்கிய விளம்பரம் அவள் கவனத்தை இழுத்தது. அதன் விளைவாக "நாகரிக நாடகக் கம்பெனியில்" சேர்ந்தாள். அவளுக்கு இயற்கையாக அமைந்த சங்கீத ஞானம் பக்கபலமாக இருந்தது.

உலகைப்பற்றியே சரியாகத் தெரிந்து கொள்ளாத பிரேமா- விதியை நம்பி வாழ்ந்த பிரேமா அய்யர் குலத்தை அமரர் குலமாகக் கருதியிருந்த பிரேமா - வெளுத்ததெல்லாம் பாலென எண்ணி விடும் பிரேமா -தற்கால நாடக உலகில் விபசாரக் கலையை வளர்க்கும் விஷ ஊற்றுக்கள் இருப்பதை எப்படி அறிவாள்.

இரண்டு மாதங்கள் நகர்ந்தன. பிரேமாவின் வாழ்க்கையின் இரண்டாவது அத்தியாயம் ஆரம்பமாயிற்று. வேஷம் போட்டுக்கொள்ளும் பகுதி... புகழ் பரவும் பகுதி -மாலைகள்

விழும் பகுதி என் முறையில் வாழ்க்கை ஏடுகள் புரண்டன. நாடக விளம்பரங்களில் 'பிரேமாபாயின்' பெயர் ஸ்பெஷல் வர்ணங்களால் எழுதப்பட்டன.

"பிரேமா இன்று உன் நடிப்பு பலே ஜோர்" "ஆமாம் அப்படித்தான் சொன்னார்கள்."

"நீ இன்னும் முற்போக்கடைய வேண்டுமென் பது என் ஆசை."

"இல்லை என் குழந்தையைக் காப்பாற்றும் அளவில் என் வாழ்க்கை இருந்தால் போதும்,"

"குழந்தையைக் காப்பாற்றுவதை மட்டும் வாழ்க்கையின் குறிக்கோளாகக் கொள்வது எவ்வளவு முட்டாள் தனம் என்பது உனக்குத் தெரியவில் லையா?"

"வேறு நான் வாழ்வதற்கு இந்த உலகில் எந்த ஆதாரமும் இல்லை."

"உன் விதவைத் துயரைத்தீர்த்துவிதவிதமான இன்பங்களை உன் முன் அடுக்கிவைக்கக் காத்துக் கொண்டிருப்பவனை முருங்கை மிலார் என்று நீ கருதுகிறாயா?"

"அப்படிக்கூறக் கருதவில்லை. நஞ்சை நாக்கில் தடவும் நயவஞ்சகனாகக் கருதுகிறேன்."

"பிரமா இதோ பார் நான் இந்தக் கம்பெனியின் சொந்தக்காரன்."

"சார்! தெரியும் தயவு செய்து என்னைத் தொடதீர்கள்."

ஒரு நாள் இரவு பிரேமாவுக்கும் பிரேமாவுக்கும் உரிமையாளருக்கும் இந்த சச்சரவு!

கம்பெனி உரிமையாளர் வெற்றி பெறவில்லை யென்று பிரேமா நெஞ்சார ஒத்துக்கொள்ள மாட்டாள். நளாயினி நாடகத்திலே நல்ல பெயர் வாங்கிய அன்றுதான் இந்த நாடகமும் நடந்தது.

சொந்தக்காரரிலிருந்து ராஜபார்ட், காமிக் நடிகன், சீன் இழுப்பவன் வரையிலே பிரேமாவின் காற்று வீசும் பக்கத்தில் வாலைக் குழைத்து நின்றனர். பிரேமா விரும்பியிருந்தால் நாடகராணியாய் மாறியிருக்கலாம்.

சினிமா மோகினியாகத் தோன்றியிருக்கலாம், எத்தனையோ கண்ணபிரான்களைக் கடைக்கண்ணுக்கு இரையாக்கி இருக்கலாம். ஆனால் அவளது வாழ்வு ஒரே ஒரு தேவையின் மேல்தான் தொங்கிக்கொண்டிருந்தது. கோகிலா! ஆம் அவள் குழந்தை! அதற்காக அந்தப் பைத்தியம் உயிர் வாழ்ந்தாள். ஆனால் அவளைச் சுவைக்க ஒரு எறும்புப் பட்டாளம் அணி வகுக்க ஆரம்பித்தது. ஒரு நாள் திடீரெனக் கம்பெனியை விட்டு பிரேமா மறைந்து விட்டாள்.

எங்கெங்கோ சுற்றினாள் - என்னென்னமோ எண்ணினாள். பசி! பசி! இந்தக் கொடுமையை அவளாவது பொறுத்துக்கொள்ள முடியும், அந்தச் சிசு என்ன செய்யும்? குழந்தைக்குப்போது மான பால் அவளிடம் இருந்தால்தானே! குழந்தை வீர் வீர் என அலறும் அவளும் அதோடு சேர்ந்து கொள்வாள். குழந்தை தாயின் முகத்தைப் பார்க்கும். பிரேமா மகளின் முகத்தைப் பார்ப்பாள். இந்த இருவர் முகங்களையும் பார்க்க மமில்லை. "அந்தப்பாவி கண்ணபிரான்" என்று

நினைக்கத் துவங்குவாள் தள்ளாத கிழத்தாய், நான் சொன்னதைக் கேட்டாயோ பிரேமா?" என்று புலம்புவதுபோல் இருக்கும். பிரபஞ்சம் தன்னை பார்த்து அலட்சிமாகச் சிரிக்கிறது என்று எண்ணிக்கொள்வாள். விதி என்ற ஒரு பேய் எதிரே நின்று, கைகொட்டிச் சிரித்து என்னை நம்பி ஏமாந்தாயா என்று ஏளனம் செய்வது போல் தெரியும், கண்களை மூடித்திறப்பாள்! இரண்டு சிவசமுத்திர நீர்வீழ்ச்சிகள் அவள் கன்னங்களைக் குளிப்பாட்டிக் கொண்டிருக்கும். மறுபடியும் சிசுவை நோக்குவாள் உலர்ந்த உதடுகளை அசைத்த வண்ணம். அது தாயின் மேலாடையை நகர்த்தும். பின்னர் அவள் முகத்தைப் பார்க்கும். பிரேமாவின் முகத்தில் வழியும் கண்ணீர் பாலாக இருக்கக்கூடாதா என்று கேட்பதுபோலிருக்கும். அந்தப் பேதைக் குழந்தையின் சோகப் பார்வை !

நாட்கள் ஒன்று, இரண்டு, மூன்று நாள்? பிரேமாவுக்குச் சேத்பவனத்து சீமாட்டியின் பேட்டி கிடைத்தது. வேலைக்காரி பதவிக்கு விண்ணப்பம் போட்டாள். ஆனால் சீமாட்டி, குழந்தை தனக்கே வேண்டுமென்றாள். பழம் நழுவிப் பாலில் விழுந்தது போலாயிற்று ! பிரேமாவின் ஆசை தீர்ந்தது. பெரிய பாரம் நீங்கிற்று.

பிள்ளையோ பிள்ளை வியாபாரம் வெற்றிகர மாகத்தான் முடிந்தது.

ஆனால் அவள் வாழ்வு ????

காசா லேசா

தொகுதியைச் சுற்றிப் பார்த்து வந்த களைப்பில் லஞ்சய்யா, வீட்டின் முகப்பில் உள்ள சாய்வு நாற்காலியில் சற்றுக் கண்ணயர்ந்தார். எப்படியோ தப்பித் தவறி மக்களின் ஓட்டுக்களைப் பெற்று அதுவும் எதிரிக்கும் தனக்கும் சரி சமமாகப் போய்விடவே திருவுளச் சீட்டின் மூலம் அந்தத் தொகுதியின் பிரதிநிதியானவர் அவர். அவருக்கென்று எந்தத் தொழிலும் கிடையாது. பாட்டன் பூட்டன் தாய் தந்தை வைத்துவிட்டுப் போனதாக ஒரு அங்குல பூமியும் கிடையாது. ஒரு வேலையும் தெரியாது. தேர்தலில் வெற்றி பெற்ற ஓரிரு ஆண்டுகளிலேயே பெரிய வீடொன்றும் பத்து ஏக்கர் நிலமும் அவருக்குச் சொந்தமாகி விட்டது. எப்படியென்று கேட்காதீர்கள். பெயருக்கேற்ற தொழில் மூலம் அவர் பெற்ற பயன் அது. அவர் இப்படியெல்லாம் பெரிய மனிதராக வேண்டு மென்று தானே ஆண்டவன் திருவுளச் சீட்டின் மூலம் அவரைத் தேர்ந்தெடுத்து மக்களுக்காக அனுதினமும் உழைக்க வைத்தான். அடடா! என்ன உழைப்பு. என்ன உழைப்பு! அன்று கூடக் காலை முதல் மாலை வரையில் தொகுதியைச் சுற்றியதில் உழைப்புக்கேற்ற ஊதியம் கிடைக்காத காரணத்தால் தான் அயர்ந்து போய் நாற்காலியில் கட்டையைப் போட்டுவிட்டார். தூக்கம் வரு வதும் கலைவதுமாக இருந்தது. எதிர்பார்த்தவைகள் எதுவும் கைக்கு வராததால் தூக்கம் அவரோடு 'கண்ணா மூச்சி' விளையாடிக் கொண்டிருந்தது.

"அந்த செவத்தானுக்குக் கலெக்டர் ஆபிசில் உரத்துக்கும் உழவு மாட்டுக்கும் கடன் சிபாரிசு செய்தோம். வரவேண்டியது வரவில்லை. அந்தப்பயல் ஆளையே காணோம். அந்த டாக்டர் சிரஞ்சீவிக்கு ஏறாத படியெல் லாம் ஏறி 'டிரான்ஸ்பர்' வாங்கிக் கொடுத்தோம். கவனிப்பதாகச்

சொன்னவர்; நாலுநாளாய்க் கண்ணிலே படவில்லை. நேற்றைக்கு முழிச்ச முகம் சுத்த மோசம். எவனாவது பை கனத்தவன் சிபாரிசுக்கு வந்தால் நம்ப பாடு யோகம் !வத்தலும் தொத்தலும் வந்தால் என்ன செய் வது ; மரபப்படி மாட்டில் பால் கறப்பது போல் கறக்க வேண்டியிருக்கிறது. அட! அந்த எழவு கூட இன்னைக்கு எதுவும் கிடைக்கலியே!"

நினைவு அலைகள், அவர் இமைகளை அசைத்து அசைத்துத் தூங்க முடியாமல் தவிக்க விட்டன. கண்களை லேசாக மூடிக் கொண்டு, விழிப்புக்கும் தூக்கத்திற்கும் இடையே உள்ள ஒரு உணர்வில் தன்னையும் மீறிய சில கற்பனை நிகழ்ச்சிகளுக்கு அவரையுமறியாமல் மிஸ்டர் லஞ்சய்யா தள்ளப்பட்டார்.

அவர் குழந்தையாக இருக்கும்போதே, கையில் காலணா காசு வைத்து அழுத்தினால் தான் தாய்ப்பாலே குடிப்பார் என்று பக்கத்து வீட்டுப் பாட்டிகள் இப்போது கூட வேடிக்கையாகச் சொல்லுவார்கள். அது உண்மையோ இல்லையோ; அவர் படிக்கும்போது; "இது தான் பரிட்சைக்கு வருகிற கேள்வி!" என்று சொல்லி கேள்வி ஒரு ரூபாய் வீதம் விற்றுவிடுவார் என்பதை அவரது நம்பிக்கையான நண்பர்கள் சத்தியம் செய்து சொல்கிறார்கள். அந்தக் கேள்விகள் வருமா என்பது சந்தேகந்தான்!

அப்படிப்பட்ட ஆற்றலாளர் கற்பனைத் தேரில் சஞ்சரிப்பது எப்படியிருக்கும்?

மிஸ்டர் லஞ்சய்யா திடீரென்று ஒரு விமானத்தில் பறக்கிறார். அது அமெரிக்கா, ரஷ்யா, ஜெர்மனி, பிரிட்டன், ஜப்பான், பிரான்சு போன்ற தேசங்களின் மேலே பறக்கிறது. அந்த நாட்டு மக்கள் எல்லாம் ஆகாயத்தை அண்ணாந்து பார்த்துக் கொண்டு, விமானம் இறங்குவதை எதிர்நோக்குகிறார்கள்.

விமானத்திலிருந்தவாறே ஒலிபெருக்கியின் மூலம் லஞ்சய்யா பேசுகிறார். அதை அந்தந்த நாட்டு மக்களும் கேட்கிறார்கள்.

"ஓ... என் நண்பர்களே! என் பாதம் உங்கள் நாட்டில் படுவதென்றால் சாமான்யமல்ல; என் குடும்பத்தார் நடத்தும் கம்பெனிகளுக்கு நீங்கள் ஏஜண்டு உரிமை தரவேண்டும். என் புதல்வர்களின் தொழில் வளர எல்லா உதவிகளும் செய்ய வேண்டும். அப்படி நீங்கள் வாக்களித்தால் தான் நான் உங்கள் நாட்டு விமான நிலையத் தில் கால்வைப்பேன், என்ன சொல்கிறீர்கள்; பதவியைத் துஷ்பிரயோகம் செய்யாத என் பண்பைப் பாராட்டி என் சிபார்சுகளை மதிக்கிறீர்களா?"

இந்த கண்யமிக்க உரைகேட்டு அனைவரும் கரகோஷம் செய்கிறார்கள். பறந்து கொண்டிருக்கும் விமானத்தை நோக்கி அந்நிய நாட்டு ஆடம்பரப் பொருள்கள் வீசப்படுகின்றன. ஏஜண்டு அங்கீகாரங்கள் பாய்ந்து வருகின்றன. அதன்பிறகு லஞ்சய்யா விமானத்தை விட்டுக் கீழே இறங்குகிறார். அய்யோ யாவம்; விமானம் ஆகாயத்திலிருக்கும் போதே கதவைத். திறந்து கொண்டு இறங்கி விடுகிறார்...... விழுகிறார்; தலை கீழாக விழுகிறார்; கண்ணை உருட்டிப் பார்க்கிறார். அவர் எதிரே மக்கள் வெள்ளம். அதன் நடுவே அமைக் கப்பட்டுள்ள ஒரு அலங்காரமான மேடை! அந்த மேடை யில் ஒரு வாட்டசாட்டமான கருத்த உருவம் படைத்த கம்பீரமான மனிதர்! "ஜனநாயகமே எனது உயிர்-எனது மூச்சு-எனது பேச்சு" என்று வீராவேசமாகப் பேசுகிறார்.

அந்தப் பேச்சை அங்கேயே சில விசைக் கருவிகளின் மூலம் ஒரு பெரிய ஸ்டுடியோ அதிபர் கிராமபோன் ரிக்கார்டுகளாக ஆக்கி, அடுப்பில் தோசை திருப்பிப் போடுவது போலப் போட்டுக் கொண்டிருக்கிறார். மேலே "விர்" என்ற அலறல் ஒலி கேட்டு அனைவருமே தலையைத் தூக்கிப் பார்க்கிறார்கள் "அய்யோ! என் ஆருயிர் நண்பருக்கா இந்தக் கதி" என்று துடித்துபோய் சோஷலிச சொற்பொழிவாளர் ஒரு

குதி குதித்துக் கீழே விழப்போன லஞ்சய்யாவை அலக்காகத் தூக்கிக் கொண்டார்; அந்த அற்புதமான 'ஸ்டண்ட்' காட்சியைப் பார்த்த மக்கள் வெள்ளம் "வாழ்க ஜனநாயக" சோஷலிசம் என்று கூவிற்று! அந்தப் பேரொலி மேடையை நடுங்க வைத்து, பூமியைக் கிடுகிடுக்க வைத்து, வானத்தில் பல கீறல்களை உருவாக்கி,ஏழெட்டு நட்சத்திரங்களையும் உதிர வைத்தது. சினிமா நட்சத்திரங்களையல்ல! அவர்கள் ஏற்கனவே அந்த மேடையில் உதிர்ந்திருந்தார்கள். உலகப் பிரளயம் போல் எழுந்த அந்த ஜனநாயக சோஷலிச முழக்கத்தினூடே கங்கையும் காவிரியும் கரைபுரண்டு ஒன்றாயின. இந்துமாக்கடல் எது;அரபிக்கடல் எது; வங்கக் கடல் எது; என்ற வித்யாசமே தெரியவில்லை. ஒரே நீர்க்காடு! மரம் மட்டைகள், புல்பூண்டுகள், உயிர் இனங்கள் எதுவுமே மேலே தெரியவில்லை. தண்ணீருக்குள் மீன்கள் மட்டும் இருந்திருக்கக் கூடும். அந்த நீர் மட்டத்தின் மேலே ஒரே ஒரு ஆலிலை மிதந்து கொண்டிருக்கிறது. அந்த இலையில் ஒரு ஒல்லியான நீண்ட உருவம்; ஒட்டிப்போன கன்னங்கள்; தலையில் ஒரு வெள்ளைக் குல்லாய்; அதன் வாய் மட்டும் "ஊழலை ஒழிக்கவே இந்த ஊழி வெள்ளத்தை உரு வாக்கினேன்' என முணுமுணுத்துக் கொண்டிருக்கிறது. அப்போது ஒரு பெரிய வாளை மீன் அந்த ஆலிலையை நோக்கி வருகிறது. என்ன ஆச்சரியம்? அந்த மீனுக்குத் தலைமட்டும் மிஸ்டர் லஞ்சய்யாவினுடையது! வால் எல்லாம் மீனைப் போலத்தான்! "லபக்"!ஆலிலையும் அதற்குள் முணுமுணுத்துக் கொண்டிருந்த ஆளும் சேர்ந்து வாளை மீனின் வயிற்றுக்குள் போய்விடுகிறார்கள். இலையையும் ஆளையும் விழுங்கிய மாத்திரத்தில் உலகில் பெரும் மாறுதல்! எல்லாம் பழையபடி ஆகிவிடுகின்றன. மிஸ்டர் லஞ்சய்யா எங்கேயோ ஒரு நகரத்தின் ஜெனரல் ஆஸ்பத்திரி வாசலில் நின்று கொண்டிருக்கிறார். ஏன்? யாராவது அவரது உறவினர் உடல் நலமில்லையா? அப்படியொன்று மில்லை; உள்ளே வருகிறவர் போகிறவர்களுக்கு அவர் தான் கதவு திறந்துவிட்டு அனுமதி வழங்க வேண்டும். உள்ளே வருகிறவர்கள்? அந்தக் கேட்டுக்கு

வெளியே இருந்து மிஸ்டர் லஞ்சய்யாவைப் பார்த்து ஏதோ கெஞ்சுகிறார்கள். லஞ்சய்யா, அவர்கள் மீது சீறி விழுகிறார். பிறகு அவர்கள் தங்கள் சட்டைப் பைக்குள் கைவிட்டும்; முந்தானையிலுள்ள முடிச்சுக்களை அவிழ்த்தும் அவரிடம் எதை எதையோ கொடுக்கிறார்கள். அவைகளை வாங்கும் போது லஞ்சய்யாவின் விழிகள் அவரைச் சுற்றி வட்ட மிடுகின்றன. பிறகு கதவு திறக்கப்படுகிறது. உள்ளே உயிருக்குப் போராடிக் கொண்டிருக்கிற நோயாளிகளைப் பார்க்க அவர்களது உறவினர்கள், பிரவேசக் கட்டணம் செலுத்திவிட்ட பெருமகிழ்ச்சியோடு குறிப்பிட்ட "வார்டு”களை நோக்கி ஓடுகிறார்கள். அங்கு எத்தனையோ நல்ல முகங்கள் டாக்டர்களாகத் தொண்டு செய்கின்றன. அங்கே ஒரு முகம்...... ஆம் அதே முகம்....... ஆஸ்பத்திரியில் வாசலில் நின்று கொண்டிருந்த முகம், அந்த பிரசவ வார்டின் பிரதான டாக்டராக உலவிக் கொண்டிருக்கிறது! டாக்டர் லஞ்சய்யாவின் முன்னால் ஒரு நிறைமாதக் கர்ப்பிணி கண்ணெல்லாம் புண்ணாக நின்றுகொண்டு, "அய்யா! அய்யா! அவஸ்தை தாங்க முடியலே அய்யா! எப்படியாவது இப்பவே அட்மிட் பண்ணிடுங்க, அய்யா!" என்று கெஞ்சுகிறாள்.

“சீ! நான்சென்ஸ்! கெட் அவுட்!” டாக்டர் லஞ்சய்யா எரிந்து விழுந்தபடி அப்பால் சென்று அதே ஆத்திரத்தின் தொடர்ச்சி கெடாமல் குழந்தை பெற்ற தாய்க்குப் போட வேண்டிய ஊசியைக் குழந்தைக்குப் போடுகிறார். அதற்குள், யாரோ ஒரு 'பேஷண்ட்' பத்து ரூபாய் நோட்டு ஒன்றை நீட்ட, அதை வாங்கும் ஆவலில் அந்தக் குழந்தை இறுதி மூச்சு விட்டதையும் கவனிக்காமல் ஒரு சிகரெட்டைப் பற்ற வைத்துக் கொண்டு வெளித் தாழ் வாரத்திற்கு வருகிறார்.

அங்கே, முதலில் அட்மிஷனுக்காகக் கெஞ்சிக் கொண்டிருந்த அந்த நிறைமாதக்காரி, தரையில் மல்லாந்து படுத்துக் கிடக்கிறாள். அந்தக் காட்சியைக் கண்டு டாக்டர் லஞ்சய்யாவுக்கு ஒரே எரிச்சல்! "விதியற்ற நாய்கள்;

இதுகளுக்கு ஏன் பிள்ளையும் குட்டியும்-அட் மிஷனுக்கு ஒரு பத்து ரூபாய் எனக்குப் 'பாக்கெட் மணி' கொடுக்க முடியவில்லை; பிரசவத்துக்குக் கவர்ன்மெண்ட் ஆஸ்பத்திரி கேட்கிறதோ? நல்ல தார் போட்ட ரோட்டில், வைக்கோலைப்போட்டுப் பிள்ளை பெறுவது தானே!" என மனதுக்குள் திட்டியவாறே, "டே! யாரப்பா அங்கே? இந்தப் பொம்பிளை இங்கே ஏன் படுத்திருக்கிறாள்? எழுப்பி விரட்டு" என்று அங்கு நின்ற ஒருவனிடம் கோபமாக விரட்டுகிறார்.

"அவளை எழுப்ப முடியாதுடா பாவி!" அவள் எம லோகம் போய் விட்டாள்!" என்று பதில் சொன்னவாறே அந்த ஆள் டாக்டரின் மீது புலி போலப் பாய்ந்து விடுகிறான். டாக்டர் லஞ்சய்யாவின் முகத்தில் மாறி மாறிக் குத்துக்கள் "டொமீல்! டொமீல்!" என்று விழுகின்றன.

லஞ்சய்யா கீழே சாய்கிறார்...பரம பாதகா! அக்கிரமக் காரா! சண்டாளா! அரசாங்க தர்ம ஆஸ்பத்திரியில் உன்னைப் போலவும் சில பெருச்சாளிகள்? எத்தனை தாய்களையடா வயிற்றுக் குழந்தையோடு இப்படிக் கொன்றிருக்கிறாய்? புனிதமான இந்த வேலைக்கு உன்னைப்போன்ற புரையோடிப் போன நெஞ்சங்கள் வரலாமா? பாவி!" என்று கத்தியவாறு அந்தச் செத்தவளின் கணவன், கீழே விழுந்த டாக்டர் லஞ்சய்யாவை மிதி மிதி என்று மிதிக்கிறான். அவரது சட்டைப் பையிலிருந்த 'மணிப்பர்ஸ்' வெளியே பிதுங்கி, அதற்குள்ளிருந்த பத்து ரூபாய் நோட் டுக்கள் காற்றில் பறக்கின்றன. மிதிபட்டுக் கொண் டிருந்த டாக்டர் லஞ்சய்யா, மாயமாக மறைந்து விடு கிறார். "டே! உன்னை அரஸ்ட் செய்திருக்கிறேன்!" என்ற அதிகாரக் குரல் கேட்டு அந்தக் கர்ப்பிணியின் கணவன் தன் நினைவு வந்தவனாகத் திரும்பிப் பார்க்கிறான். மிஸ்டர் லஞ்சய்யா, சப்-இன்ஸ்பெக்டர் உருவத்தில் கைத் துப்பாக்கியைக் காட்டி அவனை மிரட்டுகிறார்... காற்றில் பறந்து கொண்டிருந்த பத்து ரூபாய்

நோட்டுக்களை அவரது கைகள் ஒன்றாகச் சேர்த்து, யாருக்கும் தெரியாமல் கால் சட்டைப் பைக்குள் திணித்துக் கொள்கின்றன. அதே கைகளால் கர்ப்பிணியின் கணவன் கழுத்தில் ஒரு குத்து விடுகிறார். அவன் சாகத் துணிந்து விட்டவன். இனி என்ன இருக்கிறது; வாழ்க்கையில்? அவளும் போய் விட்டாள்-நல்ல வேளை வயிற்றுக்குள் இருப்பதை வெளியே காட்டாமலே போய்விட்டாள். ஆகவே அவ னுக்கு எந்தத் தடையும் சாவதற்குக் குறுக்கே இல்லை. அதனால் தைரியமாகப் பேசினான்.

"பொது மக்களின் நண்பர்களாக-ஏழைகளின் தோழர்களாக நேர்மையின் உருவங்களாக-நீதியின் நிழல்களாக எத்தனையோ போலீஸ் அதிகாரிகளைப் பார்த்திருக்கிறேன்-அந்த அணியில் இப்படியும் ஒரு பிறவியா?" என்று ஆவேசம் கொப்பளிக்கக் கேள்விக் கணை எழுப்புகிறான். அதற்கு இன்ஸ்பெக்டர் லஞ்சய்யா வெகு மென்மையான பதில் ஒன்றை மிக பவ்யமாகக் கூறுகிறார். "அவர்கள் எல்லாம் பிழைக்கத் தெரியாத போலீஸ் அதிகாரிகள். காற்றுள்ள போதே தூற்றிக் கொள்ள வேண்டும் என்ற முதுமொழியைக் கடுமையாகக் கடைப்பிடிப்பவன் நான்; அதனால் நீயும் தப்பலாம்; ஐம்பது இருந்தால் எடு!''

உடனே ஒரு பூகம்ப அதிர்ச்சி- எரிமலையின் தீக் குழம்பு நாலா பக்கங்களிலும் சிதறுகிறது-புயல் காற்று; விஷத்தைக் கக்குகிறது-ஆஸ்பத்திரியின் கட்டிடங்கள் தூள்! தூள் ! ஓரே நெருப்புத் தாண்டவம்! ஊரே எரிகிறது! உலகமே எரிகிறது! சிறிது நேரத்தில் அமைதி!

சந்திர மண்டலத்தை நோக்கி ஒரு ராக்கெட் போகிறது. ஏதோ ஒரு புதிய பொருள் வருகிறதே என்று சந்திரமண்டலத்து மக்கள் ஆவலோடு எதிர்பார்க்கிறார் கள். 'ராக்கெட்'டிலிருந்து மிஸ்டர் லஞ்சய்யா இறங்குகிறார். அந்த மக்கள் அவரைச் சூழ்ந்து கொண்டு வரவேற்கிறார்கள். சந்திர மண்டலம்

முழுவதும் மிஸ்டர் லஞ்சய்யாவின் வெற்றிகரமான சுற்றுப்பயணம். ஏராளமான பரிசுகள் குவிகின்றன. தங்கமும் வைரமும் மூட்டை மூட்டையாக அளிக்கப்படுகின்றன. 'இவைகளையெல்லாம் எடுத்துப் போய் நிலவுலகம் செழிக்கச் செலவு செய்க!'' என்று சந்திர மண்டலத்து மக்கள், பிரிவுபசார விழாவின் போது பேசுகிறார்கள்; மிஸ்டர் லஞ்சய்யாவின் முகத்தில் அசடு வழிகிறது. "நிலவுலகமா? என் பிள்ளை குட்டிகள், சொந்தக்காரர்கள் செலவுக்கே இவை போதாதே!" என்று அங்கலாய்த்துக் கொள்கிறார்.

ராக்கெட் பூமியை நோக்கி வருகிறது. அவரை அனுப்பி வைக்க அரும்பாடுபட்டவர்கள், அவரைச் சூழ்ந்து மாலை மரியாதைகளைச் செய்து சந்திர மண்டலத்து அதிசயங்களைப் பற்றி ஆவலோடு கேட்கிறார்கள். "அதிசயங்களைச் 'சொல்வதென்றால் அவ்வளவு சாதாரணமா? ஐம்பதாயிரம் ரூபாய் தரவேண்டும்" என்று அறிக்கை மூலம் கண்டிப்பாகத் தெரிவித்து விடுகிறார்-அவர் வெளியிட்ட அறிக்கை எழுத்துக்கு எழுத்து மாறாமல் வந்திருக்கிறதா என்று பத்திரிகைகளைப் பார்த்துக் கொண்டே வீட்டுமுன் பகுதியில் உள்ள சாய்வு நாற்காலியில் படுத்திருந்தவர்; தன்னை அறிந்தும் அறியாத அரைத் தூக்கத்தில் ஆழ்ந்து விடுகிறார். அப்போது "கவர்ன்மெண்ட் டிரான்ஸ்போர்ட் பஸ்''ஸில் ஏறிக் கொண்டு மிக வேகமாக வந்த எமதர்மன், மிஸ்டர் லஞ்சய்யா வீட்டு வாசல் வந்ததும் 'ஸ்டாப்' என்று கத்திக் கொண்டு, பஸ் நிற்பதற்குள்ளாகவே கீழே குதித்து லஞ்சய்யாவின் வீட்டின் முன் பகுதியில் நுழைந்து விடுகிறான். அதிர்ச்சியான சம்பவம் நடந்து விட்டதாக ஒரு கணத்தில் உணர்ந்த மிஸ்டர் லஞ்சய்யா, "யார் அது?" என்று அதட்டுகிறார். அதன்பிறகு கீழ்க்கண்ட உரையாடல் நடந்து முடிகிறது.

''நான் தான் எமதர்மன்!"

"எருமை வாகனம் எங்கே?"

"அரசாங்க இலாகாக்களுக்கு இரவல் கொடுத்திருக்கிறேன்"

"அவர்களது ஆமை வாகனம் என்ன ஆயிற்று?"

"அது ரிப்பேரில் இருக்கிறது!"

"நத்தை வாகனம் கூடவா?"

"அதைத்தான் நகரசபைகளுக்கான நிர்வாகத்திற்கு அனுப்பி விட்டார்களே!"

"ஓகோ! இலாக்காக்களுக்கு எருமையும் நத்தையையும் வைத்துக் கொண்டு தெருவில் மனிதர்கள் மீது மோத மட்டும், மான் வாகனம்; முயல் வாகனங்களை வைத்திருக்கிறார்களோ?"

"அது கிடக்கட்டும்; வா போவோம்!"

"எங்கே?"

"இன்னுமா தெரியவில்லை. நீ செத்து விட்டாய்! யம லோகம் போகலாம் வா;"

"யம லோகமா? அங்கே பஞ்சாயத்து யூனியன்; முனிசிபாலிடி; கார்ப்பரேஷன்; சட்டசபை; மேல்சபை பார்லிமெண்ட், ராஜ்ய சபா முதலியவைகள் உண்டா? கட்சிகள் உண்டா? தேர்தல்கள் உண்டா?"

"ஒரு சனியனும் இல்லை. ஒரே அமைதியான உலகம்."

"சே! சே! அமைதியான இடமே எனக்குப் பிடிக் காது! என் காரியம் நடக்க அமளி துமளி அதிகம் இருக்க வேண்டும்; அதனால் நான் உன்னுடன் வருவதற்கில்லை".

"அய்யய்யோ; மிஸ்டர் லஞ்சய்யா நீங்கள் அப்படிச் சொல்லக் கூடாது. பிறகு நான் கடமையிலிருந்து தவறி விட்டேன் என்ற களங்கம் வந்து சேரும்"

"ஓய்; எமதர்மா! உமக்கு அந்தக் களங்கம் வராமல் இருக்க ஒரே வழி என்ன தெரியுமா? நான் உம்முடன் வந்து விட்டால்; என் குழந்தை குட்டிகளுக்கு யார் பாது காப்பு? என்னமோ, எந்தத் தொழிலும் இல்லாத நான் ஒரு வேலையும் அறியாத நான்; திருவுளச் சீட்டின் மூலம் மிகப்பாடுபட்டு இந்த லட்ச ரூபாய் வீட்டையும், ஐம்பதாயிரம் ரூபாய் நிலத்தையும் சேர்த்துவைத்திருக்கிறேன். அது என் சந்ததிக்குப் போதுமா? அதனால் ஒரு நிபந்தனை ; நான் உன்னோடு வருவதாக இருந்தால் ஐந்து லட்ச ரூபாய்க்கு இப்போதே “செக்” தரவேண்டும்.

இதைக் கேட்டு எமதர்மனுக்குத் தலை கிறுகிறுத்தது; 'சாவதற்கும் லஞ்சமா?” என்று முணுமுணுக்கிறான்.
நான் அடுத்த ஜென்மம் பிறப்பதாயிருந்தால் அதற்கும் கேட்பேன் தெரியுமா தோழா!"

"தயவு செய்து; நீ அடுத்த பிறவி எடுக்க வேண்டாம்; அதற்கும் சேர்த்து இப்போதே கேட்டுவிடு; கொஞ்சம் "கன்சஷன்” கொடு!"

"பரவாயில்லை; பத்து லட்சமாகக் கொடுத்துடு"

"உடனே எமன்; அங்குள்ள 'டெலிபோன்' மூலம்; குபேரா பாங்கிற்குப் போன் செய்து, தகவல் கேட்கிறான் அங்கு எமன் பெயரால் எட்டு லட்சம் தான் இருப்பதாகப் பதில் வருகிறது. எமன் ஆழ்ந்து சிந்திக்கிறான். அவனுக்கு ஒரு முடிவு தோன்றுகிறது. இவனைக் காசாலே தான் சாக அடிக்கவேண்டும்" என்று புரிந்து கொண்டே; ஒரு செக்கை எடுத்து ஏதோ எழுதுகிறான். பிறகு அந்தச் செக்கை நீட்டி; "இந்தா! காசாலேசா! காசாலே; நீ; சா!" என்றவாறு மிஸ்டர் லஞ்சய்யாவிடம் நெருங்குகிறான். மிஸ்டர் லஞ்சய்யா, "செக்கைப் பார்க்கிறார்; ஐம்பது லட்சம்".

"ஆ! ஐம்பது லட்சம்!" மிஸ்டர் லஞ்சய்யா வாயைப் பிளக்கிறார்; பிறகு வாயை மூடவே இல்லை; எமன் அவரை ஏமாற்றி அழைத்துக் கொண்டு போய்விட்டான்.

"என்னங்க; உங்களைத்தானே அந்தக் காண்ட்ராக்ட்காரன் இன்னைக்கு வந்து கண்டுக்கிறேன்னு சொன்னோனே; வந்தானா?"என்று ஆவலுடன் கேட்டுக்கொண்டு வந்த மிஸ்டர் லஞ்சய்யாவின் மனைவி, கணவனின் தலை தொங்கிக் கொண்டிருப்பதைப் பார்த்து, கீழே மூர்ச்சித்து விழுகிறாள்.

சீமான் வீட்டு சீக்காளி

"அய்யோ! அந்த உயிர் போனால் எனக்குப் பைத்தியமே பிடித்துவிடும். என் மனைவிக்கு ஏற்கனவே இருதயக் கோளாறு! இப்படி ஒரு அதிர்ச்சி ஏற்பட்டால் அவள் இருதயம் 'பொசுக்' என்று நின்றாலும் நின்றுவிடும். 'குவின் மேரீ' சில் படித்துக் கொண்டிருக்கிறாளே என் குமாரி; அவளுக்கு எந்த வழியில் என்னால் சமாதானம் சொல்ல முடியும்? செய்தி கேள்விப்பட்டு அவள் ஓடோடி யும் வருவாள். இந்த வருஷம் படிப்பு-பரிட்சை எல்லாம் பாழ்! பாழ்! பாழே தான்!"

-இப்படி வாய் விட்டுச் சொல்லிக் கொண்டே 'கோ'வென அழுது கண்ணீரைக் கொட்டினார் சீமான் செங்கமலம் பிள்ளை!

அவரது மனைவி மரகதம், ஆடாமல் அசையாமல் மரம் போல் நின்று கொண்டிருந்தாள். மரங்களின் இலைகளில் தங்கிய மழைத்துளிகள் காற்றின் அசைவில் 'சொட சொட'வெனக் கொட்டுவது போல் அவளது விழிகள் நீரைப் பொழிந்து கொண்டிருந்தன.

வேலைக்காரப் பொன்னனுக்குக் காலும் ஓடவில்லை; கையும் ஓடவில்லை. அண்டை அயல் வீட்டாரிடமெல்லாம் சீமான் வீட்டில் ஏற்பட்டுள்ள குமுறலை எடுத்துக் கூறி பெரும்படை திரட்டி வந்து விட்டான்.

தெருவாரும், ஊராரும், முக்கிய பிரமுகர்களும் சீமான் வீட்டுக்கு அவசர அவசரமாக ஓடி வந்தார்கள்.

செங்கமலம் பிள்ளையின் முகவிசாரத்தைக் கண்டு அவரோடு பேசவே நாவெழாதவர்களாய் ஒருவர் முகத்தை ஒருவர் பார்த்துக் கொண்டு சந்தடியின்றி உட்கார்ந்து நிலைமைகளைக் கவனித்தனர்.

"டெலிபோன்" மணி அடித்தது. பொன்னன் ஓடிப் போய்ப் பேசினான்.

"அலோ! அலோ! என்னாங்க?...

'டிரங்காலு'ங்களா?- ,மெட்ரா'சிலேருந்தா?... கொஞ்சம் இருங்க!"

"எஜமான்! எஜமான்! 'டிரங்காலு'ங்க..." பட்டணத்திலேயிருந்து...

செங்கமலம் பிள்ளை மெதுவாக எழுந்து சென்று பேசத் தொடங்கினார்.

"ஹலோ!...ஹலோ!...நான் தான் செங்கமலம் பிள்ளை பேசுறேன்...ஓ! லலிதாவா? என்னம்மா? ... அப்படித் தான் இருக்கு!...கொஞ்சம் 'சீரியஸ்' தான்! காலையிலே சொன்னேனே; அதே மாதிரி தான் இப்பவும் 'கண்டிஷன்'; டாக்டர்கள் ஒண்ணும் பயப்பட வேண்டாம்னு சொல்ராங்க! நீ வீணா கவலைப்படாதேம்மா!... எப்படியும் பிழைக்க வைக்கிறது எங்க பொறுப்பு-என்னம்மா நீ...சின்னக் குழந்தை மாதிரி அழுகிறே?... அய்யய்யே என்ன... போனி'லேயா அழுவுறது?... (தானும் அழுது கொண்டே) அதெல்லாம் கடவுள் கை விடமாட்டாரம்மா!... நீ கவலைப்படாம இரு...மணிக்கு ஒரு தடவை நிலைமையை நான் உனக்கு சொல்லிகிட்டே இருக்கிறேன். நீங்க ரெண்டு பேரும் எனக்கு ரெண்டு கண்ணு மாதிரி!...அதிலே ஒரு கண்ணை இழக்க நான்

சம்மதிப்பேனா? ... அழாதே லலிதா! ... 'எக்ஸ்டன்ஷன் ப்ளீஸ்'... அபாயக் கட்டம் தாண்டி நாளைக்கே உனக்கு நல்ல சேதி அனுப்புறேன். எல்லாம் நல்லாவே முடியும்.

அடுத்த மாதம் கல்யாணத்தை சந்தோஷமா நடத்தலாம்...உன் கல்யாணம் கண்டிப்பா அடுத்த மாசம் முடியும்ணு ஜோஸ்யர் சொல்லியிருக்கும்போது... அதுக்குள்ளே நம்ப வீட்டிலே எப்படி துக்கச் செய்தி ஏற்பட முடியும்?...பயப்படாதே...! சரி... அப்புறம் பேசுறேன். இன்னும் ஒரு மணி நேரத்துக்குப் பிறகு 'போன்' பண்ணு! எஸ்! எஸ்! ம்-வச்சுடு!"

சென்னையிலுள்ள மகளுக்கு ஆறுதல் கூறிய செங்கமலம் பிள்ளை, தனக்கு ஆறுதல் கூற வல்லார் யாருமின்றி, டாக்டரின் வருகையை ஆவலோடு எதிர் பார்த்துக் கொண்டே நின்றார்.

டாக்டரை அழைக்கப் போன இரண்டு 'கார்'களில் ஒரு 'காரி'ல் டாக்டர் வந்து இறங்கினார். இன்னொரு 'காரி'ல் இருந்த 'செதாஸ் கோப்'பை எடுத்து மாட்டிக் கொண்டு டாக்டர் பரபரப்புடன் உள்ளே நுழைந்தார். அன்று காலையிலிருந்து டாக்டர் அங்கு வருவது இது ஐந்தாவது தடவை! அப்படி வந்தும் செங்கமலம் பிள்ளைக்குத் திருப்தி இல்லை!

"டாக்டர் சார்! நீங்கள் இங்கேயே தங்கியிருங்களேன்; எங்களுக்கு ரொம்ப பயமாயிருக்கிறது!" என்று சீமான் கெஞ்சும் குரலில் கேட்டுக் கொண்டார்.

"பயப்படாதிங்க!...நான் தான் ஒரு நாளைக்கு பத்து தடவை வர்ரேனே; பக்கத்திலேயே 'நர்சு' வேற இருக்கிறா...பிறகென்ன பயம்?" என்று சமாதானம் கூறியவாறு உள்ளே நுழைந்தார்.

அறைக்குள்ளேயிருந்த நர்சு டாக்டருக்கு வணக்கம் தெரிவித்து உள்ளே அழைத்துச் சென்றாள். செங்கமலம் பிள்ளையும் டாக்டரைத் தொடர்ந்து உள்ளே செல்ல முயன்றார். ஆனால் நர்சு, பிள்ளையை உள்ளே வர வேண்டாமென்று ஒரு புன்னகையை வீசித் தடுத்து விட்டாள்.

எப்போது டாக்டர் வெளியே வருவார்; என்ன செய்தி சொல்லுவார்- என எதிர்பார்த்தவாறு செங்கமலம் பிள்ளையும், மரகதமும், மற்றவர்களும் ஆவலை முகத்தில் தேக்கி நின்று கொண்டிருந்தார்கள். உள்ளேயிருந்து எந்தவிதமான தகவலும் வெளியே வரவில்லை. ஒரே அமைதி; ஆழ்ந்த அமைதி!

திடீரென நர்ஸ் கலகலவென வாய் விட்டுச் சிரித்த சப்தம் வெளியே எதிரொலித்தது. 'ஒரு வேளை அது அழுகையோ? அய்யோ மோசம் போனோமோ?" என ஒருக்கணம் நினைத்துப் பிறகு தானே சமாதானம் செய்து கொண்டார் செங்கமலம் பிள்ளை.

"மனசு நெருப்பா எரியுது! இப்ப என்ன சிரிப்பு வேண்டியிருக்கு! இந்த டாக்டர்களே இப்படித்தான்; கல் நெஞ்சக்காரர்கள்!"

முணுமுணுத்துக் கொண்டே உலவினார் சிந்தை நொந்திருந்த அந்த சீமான்!

பதினைந்து நிமிடங்களுக்குப் பிறகு டாக்டர் வெளியே வந்தார். "கொஞ்சம் சீரியஸ் தான்! சாயங்காலம் அஞ்சு மணிக்கு மேல்தான் சொல்ல முடியும். அதுவரையில் அபாயக் கட்டம் தான்! ஒரு முக்கியமான ஊசி மருந்து எழுதித் தர்ரேன்...அதை வாங்கி வைக்கச் சொல்லுங்க நாலு மணிக்கு வந்து அந்த ஊசியைப் போட்டா கொஞ்சம் குணம்

தெரியலாம். கடைசி முயற்சிகளை செய்து பார்த்து விடுவோம்!" என்று கூறி, மருந்தையும் எழுதிக் கொடுத்து விட்டு காரில் போய் ஏறிக் கொண்டார் டாக்டர்.

கண்ணீர் வழிந்தோட டாக்டருக்கு விடை கொடுத்தனுப்பிவிட்டு திண்ணையில் நின்றவாறு ஆகாயத்தை வெறிக்கப் பார்த்துக் கொண்டிருந்தார் சீமான்.

அவரது கவனத்தைத் திடீரெனத் திருப்பும் வகையில் தெருவில் ஒரு பெருங்கூச்சல்; நாலைந்து பேர் சீமான் வீட்டை நோக்கி ஓடிவந்தனர். தலைவிரிகோலமாக! அதில் ஒருத்தி நாற்பது வயது மாது! அவள் சீமானை நோக்கிக் கதறினாள்:

"அய்யோ எஜமான்! என் மகள் புடைவையில் நெருப்பு பிடிச்சி உடம்பெல்லாம் வெந்து போச்சு! புழுவாத் துடிக்கிறா. ஆஸ்பத்திரிக்குக் கொண்டு போகணும். வழி செய்யுங்க, சாமி!"

அந்தத் தாய் தரையில் விழுந்து புரண்டு புரண்டு அழுதாள்.

"கொஞ்சம் காரு கொடுத்தா போதும் எஜமான்! உடனே ஆஸ்பத்திரிக்குக் கொண்டுகிட்டுப் போனா உயிர் பிழைச்சுக்குவா!" என்று அலறினான் அந்தப் பெண்ணின் தகப்பன்.

'காராவது--சனியனாவது!..... இங்க மனுஷன் படுறபாடு தெரியலே?..... வேதனையிலே துடிச்சுக் கிட்டிருக்கிறேன் ......நேரம் தெரியாமல் வந்து உயிரை வாங்காதிங்க போங்க!" என்று கடிந்துரைத்து விட்டு சீமான், தன் வீட்டுக்குள்ளே நுழைந்து, இரும்புப் பெட்டியைத் திறந்து, ஒரு நூறு ரூபாய் நோட்டை எடுத்துப் பொன்னன் கையிலே தந்து, "இதை வைத்துக் கொண்டு காரிலே போய் மருந்துக் கடையில்

டாக்டர். எழுதிக் கொடுத்த ஊசி மருந்தை வாங்கி வா, சீக்கிரம்!"... என்று விரட்டினார். பொன்னனும் காரில் புறப்பட்டான். சீமான் உதவியை நாடி வந்த அந்தத் தெரு ஏழைக் குடும்பத்தினர் தங்கள் கண்ணீரால் தாங்கள் பெற்றெடுத்த பெண்ணின் உடலைக் குளிப்பாட்டி நெருப்பால் ஏற்பட்ட எரிச்சலைத் தீர்க்கலாம் என எண்ணியோ என்னவோ வீட் டுக்குத் திரும்பினர்.

அவள் பெயர் செல்லி! செல்லம்மா என்பது இட்ட பெயர்-"செல்லி" சுவையோடு அழைக்கும் சுருக்கமான பெயர்! அவள் தான் அந்த வீட்டுக்கே ஒளி விளக்கு! அவளது எதிர்காலத்தைப் பூரணப் பொலி வுள்ளதாக ஆக்கவே அந்தப் பெற்றோர்கள் தங்கள் மூச்சை உடலில் நிறுத்திக் கொண்டிருந்தார்கள் என்று கூறலாம். அன்றாடம் கூலி வேலை செய்து பிழைக்கும் குடும்பம்- அந்தக் குடும்பத்தில் இப்படி ஒரு பெரும் புயல்!

அடுப்பில் கஞ்சி காய்ச்சிக்கொண்டிருந்த செல்லியின் சேலையில் தீ பற்றியது. நெருப்புக்குத் தேவையான அழுக்கும் எண்ணையும் செல்லியின் புடவையில் ஏராளமாக இருந்ததால் நெருப்பு வேகமாகப் பரவியது. ஆகவே செல்லியின் உடம்பு வெந்துபோயிற்று. நிற்க முடியாமல், உட்கார முடியாமல், படுக்க முடியாமல் எதுவும் செய்ய முடியாமல் அங்குமிங்கும் ஓடியாடிக் கூச்சலிட்டவாறு துடித்தாள். சாவின் மடியில் மட்டுமே தான் அந்த எரிச்சலை அடக்கக் கூடிய குளிர்ச்சியெனும் மாமருந்து இருக்கிறது! ஆனால் அந்த மடியில் தங்கள் மகளைக் கிடத்த ஏழைப் பெற்றோர்கள் விரும்பவில்லை. எப்படி விரும்ப முடியும்? தங்கள் உடலே தீப்பட்டது போல் துடித்தனர். சீமானிடம் கெஞ்சினர். 'கார்' கிடைக்கவில்லை. கடவுள் தலையில் பாரத்தைப் போட்டு வாழைக் குருத்துக்களை வெட்டிப் போட்டு அதில் செல்லியைப் படுக்க வைத்துத் தங்களால் இயன்ற சிகிச்சைகளைத் தொடங்கினர்.

மணி நான்கு அடித்தது!

குறிப்பிட்டபடி டாக்டர், சீமான் வீட்டுக்குள்ளே நுழைந்தார். வாங்கப்பட்ட ஊசி மருந்து அவரிடம் கொடுக்கப்பட்டது. டாக்டர் உள்ளே போனார்.

நர்சு, முறைப்படி எதிர் கொண்டழைத்தாள். உள்ளிருந்து என்ன செய்தி வருமோ எனக் காதையும் கண்ணையும் தீட்டிக் கொண்டு காத்திருந்தனர் சீமான் குடும்பத்தினர், பத்து நிமிடத்திற்கெல்லாம் டாக்டர் வெளியே வந்தார்.

“உடனே போய் லேடி டாக்டர்' ஜான்சியை அழைத்து வாருங்கள்!" என்று கூறிவிட்டு மறுபடியும் உள்ளே போனார்.

உள்ளேயிருந்து முனகல் ஒலி தொடர்ந்து கேட்டது!

ஆ! அய்யோ!...... அம்மா!.......

அது யாருடைய குரல்?

சீமான் உன்னிப்பாகக் கவனித்தார்!

அது அந்த நர்சினுடைய குரல் தான்!

அவள் ஏன் முனக வேண்டும்?

சீமான் வியப்பிலாழ்ந்தார்.

லேடி டாக்டர் ஜான்சியும் வந்து சேர்ந்தாள்.

அவள் அறையில் நுழைந்து சில நிமிஷங்களில் டாக்டர் வெளியே வந்தார்.

சீமான், "என்ன சமாச்சாரம்?" என்று ஆவலோடு கேட்டார்.

டாக்டர் பதில் சொல்லவில்லை. சிரித்துக் கொண்டார். முனகல் ஒலி அதிகமாயிற்று!

வானம் இருண்டது! பயங்கர இடிகள்! மின்னல்கள்! பெருமழை! பேய்க்காற்று! எல்லாம் சிறிது நேரத்தில்!

அறைக்குள்ளே முனகல் நின்றது! திடுமென ஒரு புதிய குரல்!

"குவா! குவா!"

லேடி டாக்டர் ஜான்சி வெளியே வந்தாள்!

"சுகப்பிரசவம் தான்!" என்றாள்.

"யாருக்கு? என்ன விஷயம்?"__சீமான் துடிப்போடு கேட்டார்.

"யாருக்குமில்லை! இங்கே டூடியில் இருக்கும் நர்சுக் குத்தான்"-என்றார் சிரித்துக் கொண்டே டாக்டர்.

"நல்லவேளையாய்ப் போச்சு! நர்சுக்குப் பிரசவம் பார்க்க என் வீடு தானா கிடைச்சுது?..... டாக்டர் சார்! நீங்க வந்த வேலையைப் பாருங்க!... மணி ஐந்தாகப் போகுது! அபாயக் கட்டம் நீங்கியதா இல்லையா?"

"இதோ...... இன்னும் சில நிமிஷங்களில் தெரிந்து விடும்...... சரியா ஐந்து மணிக்குப் பிரக்ஞை வந்து கண்ணை விழித்தாகணும்--வாயைத் திறந்தாகணும்!"

டாக்டர் தைரியமாகச் சொன்னார். எல்லோரும் கடிகாரத்தின் முட்கள் நகருவதையே கவலையோடு கவனித்துக் கொண்டிருந்தார்கள்.

டாண்! டாண்!! டாண்!!! டாண்!!! டாண்!!! மணி' ஐந்து அடித்தது!

டாக்டர் உள்ளே போனார்!

ஒரே அமைதி!

திடீரென ஒரு உறுமல் சப்தம்!

தொடர்ந்து "வள்! வள்!" என்ற குரைப்பு!

'ஆ என் செல்லி பிழைத்துக் கொண்டது!" எனக் கத்தியவாறு உள்ளே ஓடினார் சீமான். சீமான் வீட்டு "செல்லி" பிழைத்துக் கொண்டது!

ஆனால்... தெருவிலே ஒரு பாடை போகிறது! அதில், பாட்டாளியின் மகள் செல்லி பவனி போய்க் கொண்டிருக்கிறாள்!

நந்தியூர் நரியப்பன்

அன்புள்ள நரியப்பருக்கு,

நந்தியப்பன் வணக்கம். நந்தியூர் நண்பர்கள் அனைவரும் நலமாக இருப்பார்கள் என்று நம்புகிறேன். வருகின்ற போட்டியிலும் நந்தியூரார் பெரும்பான்மை இடங்களில் வெற்றி பெற வேண்டுமென்று சாமுண்டீஸ்வரியை பிரார்த்திக்கிறேன். என்ன இருந்தாலும் எனது நரியூர் மக்களுக்கு நந்தியூரார் மீது வருத்தம் இல்லாமல் இல்லை. அவர்களது அன்புக்கும் மரியாதைக்கும் பாத்திரமானவனாக, அவர்கள் வணங்கும் இரண்டாவது கடவுளாகப் பூஜிக்கப்பட்டவன் நான். நரியூரை ஒளியூராக மாற்றி நானிலமெங்கணும் தனித்ததோர் கீர்த்தியை அந்த ஊருக்குப் பெற்றுத் தந்தவன் என்ற முறையில் என்னிடம் அபாரபக்தியை எனது ஊர் மக்கள் செலுத்தி வந்தனர். இன்றைக்கும் செலுத்தி வருகின்றனர், உலகிலேயுள்ள ஒப்பற்ற சோலைகளில் ஒன்று நரியூரில் இருப்பதும், ஒளி சிந்தும் ஒய்யார மாளிகை ஒன்றுக்கு நான் உரியவனாக இருப்பதும் தாங்கள் அறியாததல்ல! கள்ளங்கபடமற்ற எனது ஊர் மக்களின் அன்புக்கும், பாசத்திற்கும் நான் என்றென்றும் கடமைப்பட்டவன் என்பதையும் தங்களிடம் பலமுறை நான் கண்கலங்கக் கூறியிருக்கிறேன். என்னை மிக மேலான கௌரவமிக்க-அந்தஸ்து நிறைந்த ராஜீய மரியாதை மிகுந்த—இடத்திலே வைத்து வணங்கு வதைத் தாங்கள் பெற்றுள்ள பாக்கியம் என்று இன்றைக்கும் எனது ஊர் மக்கள் கருதிக் கொண்டிருப்பதை உலகறியும்.

என்ன செய்வது; சூழ்ந்தடித்த விடுதலைப் புயலின் விளைவாக எழுந்த தேசீய எழுச்சியும்; அதற்குப் பிறகு வீசத் தொடங்கிய சுதந்திரத் தென்றலும்; எங்கள் நரியூரை மட்டும் விட்டுவிடுமா என்ன? இப்போதுள்ளவர்கள் கையில்

அன்றைய நிலைமைகள் இருந்திருக்குமேயானால் எனக்குரிய ஆடம்பரந் ததும்பும் ராஜாங்க அந் தஸ்துக்கள் பறிக்கப்படாமல் இருந்திருக்கக் கூடும். ஆனால் அன்றிருந்த இரும்பு மனிதர் அதையெல்லாம் பொருட்படுத்தவில்லை. அவர் விழியசைப்பதற்கு முன், நான் விஷயத்தைப் புரிந்து கொண்டு விட்டுக் கொடுக்க வேண்டியவைகள் அனைத்தையும் விட்டுக் கொடுத்து விட்டேன். ஒரேயடியாக என் உள்ளத்தைப் புண் படுத்தக் கூடாது என்பதற்காகவோ என்னவோ; எனக் குரிய இடத்திலேயே என்னை அமர வைத்து, அதன் மூலம், என்பால் பக்தி கொண்ட நரியூர் பிரஜைகளுக்குச் சிறிது மன ஆறுதலையும் சில ஆண்டுக்காலம் வழங்கி வந்தனர். ஆனால் அதற்குள் அவர்களுக்கு வந்த நெருக்கடி, என் இருப்பிடத்தை நரியூரிலிருந்து மாற்றி உங்கள் நந்தி யூருக்கு வருமாறு வலியுறுத்திக் கூறிவிட்டார்கள்.

இடமாற்றத்தோடு இருந்தால் கூட ஏற்றுக் கொள்வதில் எனக்கு இவ்வளவு சங்கடம் வந்திருக்காது. நந்தியூரில் நடைபெறும் நாட்டாண்மைக்காரர்களின் நிர்வாகத்திற்கு நான் ஒப்பம் அளிப்பவராகவும், மேற் பார்வையாளராகவும் இருக்க வேண்டுமாம். இந்தப் பதவியையே நந்தியூர் மக்கள் விரும்பவில்லையென்றும். இது ஆட்டுக்குத் தாடி போல ஒரு தேவையற்ற பதவி யென்று அவர்கள் வெறுக்கிறார்கள் என்றும் நான் கேள்விப்பட்ட பிறகு, நானே அந்தப் பதவிக்கு வருவதை எவ்வளவு தர்மசங்கடமாகக் கருதுவேன் என்பதைத் தாங்கள் அறிவீர்கள். தங்கப்பூண் போட்ட கைத்தடியை வாங்கிக் கொண்டு தடிக்கம்பு ஒன்றைக் கையிலே கொடுத்தது போல் ஆகிவிட்டது என் கதை! அந்தத் தடிக்கம்பாவது பாம்பு அடிக்க உதவுமா என்றால் நிச்சயம் உதவாது; உங்கள் நந்தியூரில் என் மீது திணிக்கப்பட்டுள்ள பதவிக்கு என்ன தான் வேலை? ஆற்ற வேண்டிய பணி என்ன? வெறும் "ஒப்பக்காரர்" வேலை தான்!

நாட்டாண்மைக்காரர்கள், தங்களது குமாஸ்தாக்களைக் கொண்டு எழுதிக் கொடுப்பதை எழுந்து நின்று ஊர்ப் பிரமுகர்கள் மத்தியில் படிக்க வேண்டும். நான் படித்ததைப் பற்றி பிரமுகர்கள் பலர் நல்லது கெட்டதை எடுத்து விமர்சிப்பார்கள். எங்கள் நரியூரில் என் கருத்துக்களை யாரும் விமர்சித்ததே இல்லை. இப்பொழுது வந்துள்ள வேதனை; என் கருத்துக்களை அலசி ஆராய்ந்து விருப்பும் வெறுப்பும் தெரிவிக்கிறார்கள். அதிலேயே இரண்டாவது வேதனை; அந்த விமர்சிக்கப்படுகிற கருத்துக்களாவது என் கருத்துக்களா என்றால், அதுவுமில்லை. நாட்டாண்மைக்காரர்களின் சொந்தக் கருத்துக்கள்! அவர்கள் செய்கிற தவறுகளுக்கு, எதிர்த்து வரும் கணை களைத் தாங்கிக் கொள்ளும் கேடயமாக நான் பயன் படுத்தப்படுகிறேன்.

அப்படி பழக்கப்பட்டவனா நான்? விடிந்து எழுந்தால் விதவிதமான உல்லாச விளையாட்டுக்கள்-மகிழ்ச்சிகரமான பொழுதுபோக்கு-ஆடாது அசையாது அமைதி வாழ்க்கை-ஆண்டவனின் சிந்தனை-இப்படி யொரு மனோகரமான அடிப்படையில் குழந்தை முதல் வளர்ந்துவிட்ட எனக்கு, நான் சொல்வதே வேதம் என்று நவில்வதற்கு நரியூர் மக்கள் காத்திருக்கும்போது, நந்தியூர் பாதுகாப்புக் கேடயமாக நாட்டாண்மைக்காரர்களின் விளங்கும் பதவி எதற்காக?

பல லட்சமல்லவா வருமானம் என்பீர்கள்! லட்சங்களைக் காணாதவனா நான்? மகிஷாசூரியின் மகத்துவத்தால் மாணிக்கமும், வைடூரியமும், மரகதமும், கோமேதக மும், தங்கமும், வைரமும், பச்சையும், பவளமும், நான் படுத்துப் புரளும் பஞ்சணையின் கால்களில் மட்டுமல்ல; கால்கள் மிதிக்கும் பாதைகளிலும் பதிக்கப்பட் டுள்ளன என் அரண்மனையில்!

என்னமோ; ஒரு சூழ்நிலை இந்த 'ஒப்பக்காரர்' பதவிக்கு ஒப்புக் கொள்ள நேரிட்டுவிட்டது. ஏற்றுக் கொள்ளும்போதே;

எனது எண்ணம்... நாடாறுமாதம் காடாறுமாதம் என்று விக்கிரமாதித்த மகாராஜன் ஆண்டான் என்பார்களே; அதுபோல நானும் இந்த ஒப்பக்காரப் பதவியில் ஒரு வாரம் இருந்தால் ஒன்பது வாரம் வேறு யாரையாவது உட்கார வைத்துவிட்டு ஊர் சுற்றக் கிளம்பி விடுவது என்று தீர்மானித்துக் கொண்டேன். அப்படி வேறு யாரை உட்காரவைப்பது என யோசிக்கும் போது தங்கள் நினைவுதான் எனக்கு வந்தது. ஒப்பக் காரர் பதவியில் உட்காருவதற்குத் தகுதி படைத்த இன்னொரு ஆள்; உள்ளூர்ப் பஞ்சாயத்துக்காரர்தான் என்றும் நந்தியூரில் ஒருமுறை இருக்கிறதல்லவா? அந்த முறைப் படித் தங்களுக்கு அந்த வாய்ப்பை அளிக்க முடிவு செய்துவிட்டேன். ஒப்பக்காரருக்கு எப்போதாவது தவிர்க்க முடியாத அளவுக்குத் தடங்கல் ஏற்பட்டாலும்; உடல் நலிவு ஏற்பட்டாலும்; அல்லது காலமாகிவிட்டாலும் அப்படிப்பட்ட சங்கடமான சூழ்நிலையில்தான் பஞ்சாயத்துக்காரர் அந்தப் பதவியில் சிலநாள் அமர்ந்திருப்பது வழக்கம்.

ஆனால்; நான் அந்த வழக்கத்தை மாற்றி; தங்களையே ஒப்பக்காரர் என்று ஊரார் சொல்லுமளவுக்குச் செய்துவிட்டு; எனது பழைய பட்டத்தை, மக்கள் மறைந்துவிடாமல் பாதுகாத்துக் கொள்ளப் போகிறேன். தாங்கள் இதனை மறுக்க மாட்டீர்கள் என்று திடமாக நம்புகிறேன். இந்த விஷயத்தில் என்னை யாரும் குறை சொல்ல முடியாது. நந்தியூர் நாட்டாண்மைக் காரர்களுக்கு இந்த 'விக்கிரமாதித்த முறை' பிடிக்காமல் இருக்குமேயானால்; அவர்கள் புத்திசாலித்தனமாக ஒப்பக் காரர் பதவியையே ஒழித்துக் கட்டிவிட்டு நல்ல பெயர் வாங்கிக் கொள்ளலாம்.

அதற்கு அவர்களுக்கு விருப்ப மில்லையென்றால் நான் சத்தியமாகச் சொல்லுகிறேன்; அந்த நாட்டாண்மைக்காரர்கள் எழுதிக் கொடுப்பதை ஊரார் முன்னே படித்துக் காட்டுவதற்கு நானல்ல ஆள் என்பதையும் அவர்கள் புரிந்து கொள்ளட்டும்.

இந்த என் முடிவு, தங்களுக்கு எல்லையற்ற பூரிப்பை அளிக்குமேயானால் நான் புன்னகை புரிவேன்.

அன்புள்ள,
நந்தியப்பன்,

நரியூர் நந்தியப்பன்

பெருமை மிகுந்த நந்தியப்பருக்கு, நந்தியூர் பஞ்சாயத்துக்கார நரியப்பன் மிக்க வணக்கம். தங்களின் புனிதக்கரம் வரைந்த பொன்மடல் கிடைக்கப் பெற்றுப் புளகாங்கிதமுற்றேன். தங்களின் முடிவு; அரசியல் படைத்த அனைவராலும் போற்றத் தக்கதே யாகும். தாங்களோ; கோடி சூரியப் பிரகாசமுள்ள வைர வைடூரியங்களைக் கூடத் துச்சமென மதிக்கத் தக்க குபேர சம்பத்து வாய்க்கப் பெற்றவர்கள். தங்களுக்கு வீசப்படும் ஆலவட்டம் ஒன்றின் விலை; இங்குள்ள நாட்டாண்மைக்காரர் வைத்துள்ள காரின் விலைக்குச் சமானமாகும். தரணி வாழ் மக்கள் எல்லாம்; தங்களின் தர்பார் மண்டபத்துக் கோலாகலக் காட்சி காணத்தவங்கிடப்பர். எரிகின்ற ஒளிவிளக்கோ; வானின்று வீழ்ந்துவிட்ட விண்மீனின் கூட்டமோ என வியக்கத்தக்க அளவில் எங்கு நோக்கினும் தங்கள் நகரில் தகத்தகாயம் காணலாம்.

காலத்தின் கோலம்; இத்தனை இருந்தும் இருக்க வேண்டிய அந்தஸ்து இல்லாமல் பறிக்கப்பட்டுவிட்டது. அதனால் என்ன, காரிருளில் சூரியன்தான் மறைவ துண்டோ? கறைச்சேற்றால் தாமரையின் வாசம்போமோ? காலத்தின் சுழற்சியால்; கடவுள்போல் தங்களைக் கருதிடும் மக்களின் பேருள்ளத்திலிருந்து தங்களை யார் தான் அகற்ற முடியும்?

நரியூரின் நாயகரே! நான் பலமுறை எண்ணியதுண்டு; நரியூரில் தங்கள் பரிபாலனத்தின் கீழ் ஒரு குடிமகனாய் இருந்திட வேண்டுமென்று! அதற்குத் தெய்வானு கூலம் எனக்குச் சித்திக்கவில்லை. இன்றோ தாங்கள் நந்தியூர் வந்திறங்கி விட்டீர்கள். நந்தியூரின் சிறப்புக்களையும், இங்கு பரிபாலனம் புரியும் நாட்டாண்மைக்காரர்களின் பெருமைகளையும் தாங்கள் உணர்ந்தே யிருப் பீர்கள். இந்த ஊரில் நான் எத்தனை

பஞ்சாயத்துக்களை மிக்க திறம்பட நடத்தியிருக்கிறேன் என்ற பட்டியலையும் இந்த மடலுடன் அனுப்பியுள்ளேன். நாட்டாண்மைக் காரர்களுக்கும் ஊர்ப்பொதுமக்களுக்கும் ஏற்படுகின்ற வழக்கைத் தவிர; மற்ற எல்லா வழக்குகளிலும் நடு நிலைமையான நல்ல தீர்ப்புகளையே நான் வழங்கியிருக் கிறேன். நாட்டாண்மைக்காரர்கள் பக்கம் நான் நின்று; நியாயத்தை எதிர்த்திட வேண்டிய பல கட்டங்கள் எனக்கு விலக்க முடியாதவைகளாகிவிட்டன. இனி; தாங்கள் வேறு தற்காலிக ஒப்பக்காரர் பதவியை எனக்கு வழங்கிவிட்டால் என்பாடு மிகச் சிரமத்திற்குரியதாகி விடும். பழைய காலத்து நாடகங்களில் முன் மாதகி; பின் கர்ணகி என்று ஒரே ஆளே இரண்டு வேடங்களைப் போட்டுக் கொள்வாள். அது; ஆண்கள், பெண் வேடங் களைப் போட்டுக் கொள்ளும் காலம்! இயற்கையான அழகு இருக்காது! எல்லாம் செயற்கையான அழகு!

அமைக்க வேண்டியதை அமைத்து மறைக்க வேண்டியதை மறைத்து—அரிதாரம் பூசிக்கொண்டு அரங்கில் வந்து தோன்றுவார்கள். அஃதே போல்தான் என் இரு பதவிகளுமே இயற்கைக்கு விரோதமான போலியாகி விடக் கூடும். நாடகத்து மாதவியும் கண்ணகியும் இரு வேறு பண்புகளைக் கொண்டவர்களாக-ஒருவரையொருவர் பகைத்துப் பழிப்பவர்களாக இருப்பர். அதைப் போலத்தான் என் பஞ்சாயத்தார் வேலை. ஒப்பக்காரர் ஒப்பமளிக்கும் பல விஷயங்களைப் பகைத்துப் பழிப்பதாயிருக்கும். இரண்டு பதவியும் மாறி மாறி எனக்குச் சடுகுடுபோல் சுழன்று வந்து கொண்டிருக்குமேயானால்; என் முடிவை நானே எதிர்த்துத் தீர்ப்பு வழங்கவேண்டிய நிலைமைகள் உருவாகும்.

பிரபூ! தாங்கள் 'பராசக்தி' என்ற ஒரு படம் பார்த்திருக்க மாட்டீர்கள். அதில் ஒரு சுவையான சம்பவம்! குணசேகரன் என்ற பைத்தியக்காரன்; ஒரு சுமைதாங்கிக் கல்லின் அருகே

இருந்து கொண்டு சில விஷயம் பொதிந்த வேடிக்கைச் சேட்டைகளைச் செய்வான்.

"மந்திரி! நமது மாநகர்தன்னில் மக்கள் எல்லாம் சுகமா?" என்று ராஜா போல நினைத்துக் கொண்டு கேட்பான். அதற்கு பதில் கூற மந்திரி வேண்டுமே! அவனே கீழே வந்து நின்று மந்திரியாகவும் நடித்து; "மகாராஜா! மக்கள் எல்லாம் பட்டினி கிடந்து சாகிறார்கள்!" என்று பதில் சொல்வான்.

நான் பஞ்சாயத்தார் பதவியையும் ஒப்பக்காரர் பதவியையும் வகிப்பது அது போன்ற பைத்தியக்காரக் கூத்தாகத்தான் இருக்கும். ஆனால்; தங்கள் முடங்கல் கண்ட பிறகு நான் ஒரு முடிவு செய்து கொண்டேன். ஏற்கனவே; சரிபாதி நாட்டாண்மைக்காரர் பக்கம் இருந்தேன். இப்போது முழுக்க முழுக்க நாட்டாண்மைக் காரர் பக்கம் வந்து விடுவது என்பதைத் தவிர எனக்கு வேறு வழி இல்லை.

தங்கள் கௌரவத்திற்கும்-அந்தஸ்துக்கும்-இந்த ஒப்பக்காரர் பதவி; பொன் வைத்த இடத்தில் பூ வைத்தது போல! எனக்கோ ; இது பொன் பூ! புகழ்ப் பூ! நாட் டாண்மைக்காரர் எழுதியதைத் தாங்கள் படிப்பதென்பது தங்களால் தாங்கிக் கொள்ள முடியாத ஒன்றுதான். நான் அதனைத் தங்களுக்காகச் செய்கிற தியாகமாகக் கருதாமல்; எனக்கு வந்த பெருவாய்ப்பாகக் கருதித்தான் ஏற்றுக் கொள்கிறேன். மடலில் தாங்கள் உறுதியளித் துள்ளபடி; ஒப்பக்காரர் பதவியில் ஒரு வாரமும் ஊர். சுற்றுவது ஒன்பது வாரமும் என்ற முறையைக் கடைப் பிடிப்பீர்கள் என்று நம்புகிறேன்.

அப்படிச் செய்வீர்களேயானால்; நானும் என் பந்து மித்திரர்களுடன் பல்வேறு ஷேத்திரங்களைச் சுற்றிப் பார்த்து பகவத் அனுக்கிரகத்தைத் தங்களுக்கும் சேர்த்துப் பெறுவதற்கு அனுகூலமாயிருக்கும். இறுதியாக ஒன்று; இது

தேவையற்ற பதவியென்று தாங்களும் கருதுவதாகத் தெரிகிறது. இந்த நந்தியூரில் தேவையற்ற பதவி, இது மட்டுந்தானா? எத்தனையோ உண்டு! பத்தோடு பதினொன்றாக இதுவும் இருந்துவிட்டுப் போகட்டுமே; என்னைப் போன்றவர்கள் அனுபவிக்க வேண் டாமா?

தங்கள் நன்றியுள்ள

நரியப்பன்.

முடியாத தொடர்கதை

1

சிறைச்சாலை இரவு நேரம்

[சங்கு, சந்தனம் என்ற இரண்டு கைதிகள் பேசிக் கொண்டிருக்கிறார்கள்]

***சங்கு**: என்னா சந்தனம் அண்ணே! சந்தோஷம்தான் உனக்கு, நாளைக்கு விடுதலையாகப் போறே! உம்-அச்சடிச்ச சோறும் அவுன்ஸ் குழம்பும் வேப்ப மரத்து காத்தும், வேர்க் கடலை உருண்டையும்-இன்னையோட சரி-இல்லையா?*

***சந்தனம்**: ஆமாம் சங்கு - உங்களையெல்லாம் பிரிய வேண்டுமென்று எனக்கு மிகவும் வருத்தமாயிருக்கிறது. ஏறத்தாழ எட்டு வருடமாக ஜெயிலுக்குள்ளேயே சிநேகிதர் களாக வாழ்ந்துவிட்டோம், சங்கு! நம்முடைய நட்பை யெல்லாம் மறந்துவிடாதேயப்பா!*

***சங்கு**: எப்படி மறக்க முடியுமண்ணே! நீ தினம் தினம் சொல்லுவாயே; அந்தக் கதைகளை மறக்க முடியுமா? பழைய காலத்து பாட்டுக்களைப் பாடிக்காட்டி அர்த்தம் சொல்லுவியே; அதைத்தான் மறக்கமுடியுமா? உனக்கு கிடைக்கிற எந்தப் பண்டத்திலேயும் எனக்குப் பாதி கொடுப்பியே அதைத்தான் மறக்க முடியுமா? படிச்சவங்களோட சிநேகம் கிடைக்கிறது கூட பெரிசு இல்லேண்ணே, படிச்ச புத்திசாலிகளோடே சிநேகம் கிடைக்கிறது பெரியபாக்யம் அண்ணே - அந்த வகையிலே நான் பாக்யசாலிதான்.*

சந்தனம்: நல்ல தோழனாக நீ இருந்தாய் - இனி நான் யாரோடுபோய் இந்தப் பொல்லாத உலகத்திலே நட்பு கொள்ளப்போகிறன்.

சங்கு: ஒருத்தன் சிநேகிதம் உனக்கு வேண்டா மண்ணே! நீயுண்டு உன் குடும்பமுண்டு என்று வாழ்க்கையை குஷியா நடத்தண்ணே போயி !

சந்தனம்: குடும்பம்! எனக்கு யார் இருக்கிறார்கள் குடும்பம் நடத்த .?

சங்கு: ஏன் அண்ணே கண் கலங்குறே ! குடும்பத்தைப் பத்தி பேச்சு எடுத்தா எப்போதுமே நீ இப்படித்தான் ஆயிடுறே! நானும் இந்த எட்டு வருசமாத்தான் உன்னைக் கேட்கிறேன் என்னா விஷயம்னு! உன் கறையைச் சொல்லக் கூடாதா?

வேண்டாம்! வேண்டாம் !! - இதுக்காக அழாதே அண்ணே! இன்னைக்கு ஒரு நாளு; சந்தோசமா இருந்துட்டு வெளியே போண்ணே !

சந்தனம்: சங்கு! என் கதையை இன்று சொல்லத் தான் போகிறேன். இருதயத்திலிருந்து சுமையை இறக்கத் தான் போகிறேன். உன்னைவிட நல்ல நண்பன் யாரப்பா எனக்கு இருக்கிறார்கள்? - உன்னிடம் சொல்லாமல் யாரிடம் என் சோகக் கதையை சொல்லப்போகிறேன்.

சங்கு: அண்ணே - ரொம்ப சொல்ல வேண்டாம். வேதனையாயிருக்கும்ணா

சந்தனம்: என்னப்பா வேதனை ! தூக்குக்குப் போகும் கைதிகளை துடிக்கத் துடிக்க இழுத்துப்போகிற காட்சியை இந்த சிறைக்குள்ளே எத்தனையோ முறை பார்த்திருக்கிறோமே அதைவிடக் கொஞ்சம் அதிக வேதனையானது என் கதை; அவ்வளவுதான் .. சொல்கிறேன் கேள். என் முகம் இவ்வளவு விகாரமாக இருப்பது ஏன் தெரியுமா? சதை கிழிந்து கிழிந்து தொங்குவதற்குக் காரணம்

புரியுமா? பிறக்கும் போதே நான் இப்படி பிறந்திருப்பேன் என்றா நீ கருதுகிறாய்? அம்மா, 'மாம்பழமேனி என் மகனுக்கு' என்று வர்ணிப்பார்களாம். உற்றார் உறவினரெல்லாம் "ஆடு தன் ராஜா போல இருக்கிறான், ஆண் சிங்கம்!" என் பாராட்டுவார்களாம். ஏன் - அவள் கூட என் அழகுக்கு ஆசைப்பட்டுதான் என்னைக் காதலித்தாள்.

சங்கு: ஓ ! காதலி வேறே இருக்கிறதா?

சந்தனம்: இருந்தாள் ஒரு காலத்தில்! இப்போது இல்லை. இனிமேலும் இல்லை.

சங்கு: செத்து விட்டதா அண்ணே !

சந்தனம்: என்னைப் பொறுத்த வரையில் அப்படித் தான்-

சங்கு: ஏன்?

சந்தனம்: அழகுக்காக என்னைக் காதலித்தாள்-நான் அலங்கோலமானதும் என்னை வெறுத்துவிட்டாள்...

சங்கு: என்னது?

சந்தனம்: ஆச்சரியப்படாதே சங்கு. பெண்களே அப்படித்தான்...

சங்கு: எல்லாப் பெண்களும் அப்படியிருக்கமாட்டாங்க அண்ணே!

சந்தனம்: தவறான கணக்குப் போடுகிறாய்-அதற்குக் காரணம் உனக்கு கல்யாணமாகவில்லை... சங்கு !

சங்கு: எனக்குத்தான் சொல்லியிருக்கேனே கல்யாணம் ஆயிட்டுதுன்னு

சந்தனம்: அப்படியானால் உன் முகத்தில் யாரும் ஊற்றவில்லையே...அதனால்தான் பெண்களைப் பற்றி உனக்குத் தெரியவில்லை.

சங்கு: அய்யோ-உன் முகத்தில் திராவகமா ஊ ற்றினாங்க!

சந்தனம்: ஆமாம் சங்கு ஆமாம்! நான் அழகாயிருந்தது பிடிக்காமல் அல்ல; என் அழகில் மயங்கி விட்டாளாம் அவள் - அதைத் தடுப்பதற்காக என்னை சித்ரவதை செய்து விட்டார்கள்.

சங்கு: கொஞ்சம் விபரமாகச் சொல்லண்ணே உன் கதையை!...

சந்தனம்: சொல்லுகிறேன் குறுக்கே கொஞ்சம் பேசாமலிரு! குமுதம் என்னோடு படித்தவள், குபேரன் வீட்டுக் கோதை. நானோ குடியானவன் மகன். இறந்துபோன என் அப்பாவின் எண்ணத்தை எப்படியும் பூர்த்தி செய்ய எண்ணி. என் தாய் என்னைப் படிக்கவைத்தாள். படித்தேன் குமுதமும் நானும்...... சரி, கதையை வளர்த்துவானேன்; காதலர்களாகி விட்டோம். வலியோன் மகளை எளியோன் காதலித்தேன் என்பதைத் தவிர எங்கள் காதலில் வேறெந்தக் குற்றமும் யாரும் சொல்ல முடியாமல்தான் இருந்தது. வழக்கம்போல் எங்களின் திருமணத் திட்டம் முறியடிக்கப்பட்டது. வயதான என் தாயும் வாழ்க்கையை முடித்துக் கொண்டார்கள் குமுதமோ ஒரு நாள் இரவு என் குடிசைக்கு ஓடிவந்து "கொத்தடிமை ஆகிவிட்டேன் உங்களுக்கு குடும்பம் நடத்துவோம் வாருங்கள்" என அழைத்தாள். 'எதிர்ப்பு மலையாகுமே குமுதம்!' என எச்சரித்தேன். 'மலையைப் பிளக்கும் சிற்றுளி நம் காதல் என்றாள்-மறுக்க முடியுமா என்னால்! அன்றிவே பயணமானோம். அயலூரிலே எங்கள் குடும்பம் ஆரம்பமானது ஆனந்த மானது ஆனந்த மயமான அந்த வாழ்க்கையை நினைத்து இப்போது அழுவானேன்! எங்களுக்கு ஒரு செல்வமும் தோன்றினான்.

சங்கு: பிள்ளையிருக்கான அண்ணே உனக்கு?

சந்தனம்: இருக்கிறான்-கேள் பாக்கியை!... குழந்தை யுடன் குதூகலமாய் நடை போட்டோம் வாழ்வுப் பாதையில்! குமுதாவின் அண்ணன் மலேயா போயிருந்தவன் சம்பாதிக்க அவன் திரும்பி வந்து விட்டான். வீட்டார், விஷயத்தைச் சொல்லியிருக்கிறார்கள் அவன் ஒரு பர்மாக்காரியை பாரியாளாக அழைத்து வந்தவன்--அவனுக்கு குமுதா மீது கொள்ளை ஆத்திரம் பிறந்துவிட்டது. ஆகவே எதிர்க்கப் புறப்பட்டான். ஆள் முரடன், சண்டைபோட்டு சமாளிப்பது கொஞ்சம் கஷ்டம்தான். குமுதாவை அடிமையாக்கினது என் அழகுதான் என்று யாரோ சொல்லியிருக்கிறார்கள் அவனிடம்-ஏன், குமுதாவே அடிக்கடி அதைச் சொல்லிக் கொண் டிருப்பாள். அந்த அழகையே குலைத்து விடுகிறேன் என்று அவள் அண்ணன் அக்கினித்திராவகத்துடன் புறப்பட்டு விட்டான். வீட்டிலே தூங்கிக்கொண்டிருந்தேன். அவன் வந்துவிட்டான், விழித்துக்கொண்டேன். திராவகத்தை என் அழகான முகத்திலே வீசிவிட்டான். அய்யோ - அந்த எரிச்சலை இப்போது நினைத்தாலும் பயமாயிருக்கிறது;

பொறாமைக்காரர்களின் வயிற்றெரிச்சலையும் மிஞ்சக் கூடிய எரிச்சல் அது ! திராவகம் ஊற்றப்பட்ட இடத்தை கையால் தொடாமல் இருப்பது கொஞ்சம் நல்லதாம்- அவசரத்தில் அந்த யோசனையெல்லாமா வருகிறது முகத்தைத் துடைத்துக்கொண்டேன் கையால்; அப்போது கிழிந்ததுதான் இந்த சதையெல்லாம்

குமுதாவின் அண்ணன் ஓடினான், நான் துரத்திப் பார்த்தேன் முடியவில்லை. தெருவில் விழுந்துவிட்டேன் குமுதாவும் குழந்தையும் அப்போது வீட்டில் இல்லை. பையனைப் பள்ளிக்கூடத்தில் கொண்டு போய் விடுவதற்காகப் போயிருந்தாள். உடனடியாக என்னை யாரோ தெருவிலுள்ளோர் வைத்தியசாலையில் கொண்டுபோய் சேர்த்தார்கள். குமுதாவும், குழந்தை செல்வனும் வைத்திய சாலைக்கு ஓடிவந்து அலறினார்கள். குமுதா என் முகத்தின் கோரத்தைக்கண்டு அலறிவிட்டாள். முதலில் நான் சோகத்தின் உச்சத்தில் அலறுகிறாள் என்றுதான் நினைத்தேன். பிறகு தான்

நான் ஊகித்துக்கொண்டேன் அவளுக்குத் தேவையான அழகு முகம் போய்விட்டதேயென அலறியிருகிறாள் என்று! மறுநாள் வைத்தியசாலையில் இருந்தபடியே கேள்விப் பட்டேன்; குமுதா எங்கேயோ போய்விட்டாள் என்று, குழந்தை செல்வன் மாத்திரம் தெருவினரால் பராமரிக்கப் பட்டான், குமுதாவின் அண்ணன் மீது வழக்கு நடை பெற்றது. நானும் சிகிச்சைப்பெற்று இந்த அலங்கோலமான முகத்துடன் வெளியே வந்தேன். ஐந்து வருடத்திற்கு கிட்டத் தட்ட வழக்கு நடைபெற்று, கடைசியில் குமுதாவின் அண்ணன் விடுதலை பெற்றான். குற்றவாளியல்ல தீர்ப்பு கூறப்பட்டுவிட்டது. என்னால் தாங்கமுடியவில்லை; பொறுக்க முடியாத ஆத்திரத்தால் துடித்தேன் அவசரப்பட்டு ஏதாவது செய்துவிட்டால், குழந்தை செல்வன் நாதியற்றுப் போய் விடுவானேயென்று யோசித்தேன். கடைசியாக சிலரது சிபாரிசு பிடித்து, செல்வனை வெளியூரில் ஒரு பள்ளிக்கூட தர்ம உணவு விடுதியில் சேர்த்துவிட்டு ஒரு பெருமூச்சை விட்டேன்.

அந்தப் பெருமூச்சைத் தொடர்ந்து குமுதாவின் அண்ணனைப் பழிவாங்கும் மூச்சும் பிறந்தது. குமுதா என் விகார ரூபத்தைச் சகிக்காமல் எங்கேயோ போய் விட்டாள் குமுதா என் இருதயத்தைக் காதலிக்கவில்லை-அழகைத்தான் காதலித்தாள் என்ற பேருண்மையை அவள் அண்ணன் வீசிய அக்கினித் திராவகம் எனக்கு உணர்த்தியது என்றாலும் கூட; போகும்பாதை மோசம் என்பதை எச்சரிக்குந் தோரணையில் முள் குத்துகிறது என்பதற்காக அந்த முள்ளை எடுத்து முத்த மிட முடியுமா? அதை ஒடித்து முறித்து தூரத்தில் வீசித் தானே எறிகிறோம்; அது போலவே என்முகத்தைப் பாழ் படுத்திக் காதல் பாதை மோசம் என்று உணர்த்திய மூர்க்கனை விட்டுவைக்க மனமில்லை. என் அருமைச் செல்வனுக்கு அறிவுரைகள் புகன்றேன் "எந்தத் தவறு வேண்டு மானாலும் செய்! ஒரு பெண்ணை மட்டும் காதலிக்காதே என்பதை அவனுக்கு ஆயிரம் முறை சொல்லிவிட்டு கையில் ஒரு கத்தியுடன் புறப்பட்டேன். - குமுதாவின் அண்ணன், அந்தப்

பர்மாக்காரி, அவர்களின் பெண் குழந்தை மூவரும் முற்றத்தின் பக்கம் உட்கார்ந்து கொண்டிருந்தார்கள். யாரையும் கேட்காமல் உள்ளே நுழைந்தேன். வீட்டிலும் அவர்களைத் தவிர வேறுயாருமில்லை. குமுதாவின் தகப்பன் இரண்டு வருடங்களுக்கு முன் இறந்து விட்டான் பர்மாக் காரிக்கும் க்ஷயரோகம் வந்து மிகவும் கஷ்டப்படுகிறாள் என் கேள்விப்பட்டிருந்தேன். இந்த சோக நிகழ்ச்சிகள் எல்லாம் குமுதாவின் அண்ணனைத் தாக்கி வேதனை கொடுத்திருந்தா லுங்கூட, நான் நேரிடையாக வஞ்சம் தீர்த்துக்கொள்ளவே மிகவும் துடித்தேன். அவர்கள் பக்கம் வேகமாக வந்தேன். பர்மாக்காரி பலமாக இருமிக்கொண்டிருந்தாள். கையிலிருந்த கத்தியை குமுதாவின் சகோதரனுடைய நெஞ்சில் - ஆம், என்னை அலங்கோலப்படுத்திய அந்தப் பாவியினுடைய இருதயத்துக்கு நேராக செலுத்தினேன் - மாறிமாறிக் குத்தினேன்- அங்கேயே பிணமானான். அதனுடைய விளைவுதான் சங்கு, இத்தனை ஆண்டு சிறைவாசம்! அவன் என்னைக் கொல்லாமல் கொன்று விடுதலைப் பெற்றான். நான் அவனை ஒரேயடி யாகக் கொன்று தண்டனை பெற்றேன்.

சங்கு: என்னால் உன் கதையைத் தாங்கமுடியவில்லை அண்ணே! போகட்டும், நாளைக்கு வெளியிலே போயி மகனை யாவது சுகமாகக் காப்பாத்து அண்ணே!

சந்தனம்: என் செல்வனுக்காகத்தானே, நான் வாழ்ந்து கொண்டிருப்பதே - ஆனால் ஒன்று, என் மகன் எந்தப் பெண்ணையும் காதலிக்கவிடமாட்டேன்.

சங்கு: அப்படியெல்லாம் ஆத்திரத்திலே சொல்லாதே அண்ணே!

சந்தனம்: அமைதியாகத்தான் சொல்லுகிறேன் "போன மாதம்கூட பையன் என்னைப் பார்க்க வந்திருந்தானே; அப்போதும் அவனுக்கு யாரையும் காதலிக்காதே!" என்று

சொல்லித்தான் அனுப்பினேன் அழகை விரும்பும் அரக்கிகளிடம் காதலா! கூடாதப்பா கூடாது!

***சங்கு**: சரியண்ணே வா அதோ களிப்பட்டை வந்து விட்டது! வா, சாப்பிடலாம்- நாளைக்கு எங்கே நம்ப ரெண்டு பேரும் சாப்பிடப்போகிறோம் நீ வெளியிலே உள்ளே...! வாண்ணே வா !*

[இருவரும் சாப்பிடப் புறப்படுகிறார்கள்]

2

இரவு நேரம்-நிலவு, ஒளிமழை பொழிந்து கொண்டிருக்கிறது. விடுதலையடைந்த, சந்தனம் தன் புத்திர சந்தானத்தை எண்ணிப் பூரித்தப்படி அவனைக் காணப்போகிறோம் என்ற மகிழ்ச்சி பொங்க நடந்து கொண்டிருக்கிறான், மகன் வாழும் உணவு விடுதி நோக்கி! உலகத்தைப் பல ஆண்டுகளுக்குப் பிறகு பார்க்கும் அவனுக்கு எத்தனை எத்தனையோ புதிய நினைவுகள் மோதுகின்றன. மகன் நன்கு படித்து திறமை பெற்றிருப்பான்- தான் சொன்ன "காதல் ஒரு கடும் விஷம்'"என்ற உபதேசத்தைக் கடைபிடிப்பான். தந்தை சொல் தவறாத தனயனைப் பெற்ற பாக்கியமே பாக்கியம் இப்படி யெல்லாம் எண்ணியபடி நடக்கும் சந்தனத்தின் காதில் ஏதோ ஒரு கீத ஒலி கேட்கிறது. நிலவு மழையிலே அவனும் பல முறை கீதமிசைத்திருக்கிறான் குமுதாவுடன் - அதே போன்ற ஒரு கீதம். அவனுக்கு ஆத்திர மூட்டும் கீதம் இப்போதும் கேட்கிறது. குளிர்ச்சி யூட்டும் இசைதான்; அவனுக்குப் பழக்கமான சொற்கள்தான்; ஆனால் இப்போது மட்டும் அவனுக்கு அந்தக் கீதம் இடிமுழக்கமாக இருப்பானேன் குமுதா பாடிய அதே பாட்டுத்தான் அது! சந்தனத்தின் தோளிலே முகத்தைப் பதித்துக்கொண்டு அவள் காதலி இசைத்த கீதம்தான் அது!

"காதலோர் தொடர்கதையே !

சாதலும் ஏற்போம் அனுச்

சஞ்சலமும் அடையோம்எனும்

காதலோர் தொடர்கதையே:"

இந்த எழிலும் எழுச்சியுமிக்க வரிகள் சந்தனத்தின் உள்ளத்தைத் தொட்டு உலுக்கிவிட்டன; 'ஆம் குமுதா தான் அப்படிப் பாட முடியும்-வேறு யாரும் பாடமுடியாது" என்று தனக்குள் கூறிக்கொண்டான். கண்களில் கனல் கிளம் பியது, "குமுதா" என்று பயங்கரமாக உச்சரித்தபடி இசை வந்த பக்கம் பாய்ந்தான். அவன் எதிர்பார்த்தபடி பாடியது இருவர் தான்!

அவர்களிடம் வேகமாக நடந்தான் சந்தனம் அவர்கள் இருவரும் தழுவியபடி பேசிக் கொண்டிருந்தனர். அவனும் அவளும் தான்!

அவன்: கண்ணே - எவ்வளவு களிப்பூட்டும் தென்றல் இந்தப்பாட்டு...! ஆயிரம்முறை பாடினாலும் அலுப்பு ஏற்படு வதில்லையே கேட்க சொல்லாழமா? அல்லது சுந்தரியின் குரல் நயமா?

அவள்:- இரண்டுமில்லை... கருத்தற்ற சாகித்யமும், களிவற்ற தொளியும்கூட கற்கண்டும் தேனுமாகிறது. இந்தக் கண்ணாளரின் மடியிலே நான் படுத்திருக்கும் போது...!

அவன்: சித்ரா... என் சிந்தை கவர்ந்தவளே... இந்த நாள்போல் எந்த நாளும் இன்பம் குவியுமல்லவா...

அவள்: இந்த நாள்போல் என்று சொல்லாதீர்கள்... இந்தநாள் தோற்றதென அடுத்தநாள் சொல்லும், அடுத்த நாளை மறுநாள் வெல்லும் - அந்த மறுநாளை இன்னொரு புது நாள் கொல்லும் என்ன செல்வம் சரிதானே!

ஆம்-சந்தனத்தின் மகன் செல்வம் தான் சித்ராவுடன் காதல் மொழி பேசி களித்துக்கிடக்கிறான். அதைச் சந்தனம் நேரில் பார்த்துவிட்டான். "காதலோர் கடும் விஷம்" என்று போதனை

செய்தவனின் புத்திரன் பூப்படுக்கையிலே புதுப் பெண்ணின் மனதை அள்ளிக் கொண்டிருக்கிறான். ஆத்திரம் தங்காத சந்தனம் 'அடே செல்வம்!' என்று பாய்ந்தான். அந்தப் பைங்கிளி சித்ரா பயந்துவிட்டாள். அவளால் அந்த அகோரமான மனிதனின் முகத்தைப் பார்க்க முடியவில்லை; அலறினாள். சந்தனம் அந்தப் பெண்ணை ஓங்கி அறைந்தான், ஓடிப்பிடித்து! அடியைப் பெற்றுக்கொண்டு அவள் ஓடி விட்டாள். "அப்பா! அப்பா !!' என்று செல்வம் கத்தினான்.

"உன் உயிரை எடுத்து விடுகிறேன் வா !" என்று உறும்மிய படி செல்வத்தின் கையைப்பிடித்து பரபரவென இழுத்துக் கொண்டு போனான் சந்தனம்.

3

சந்தனத்தின் பிடியிலே சிக்கிய செல்வம், துடித்துப் போய் விட்டான். தந்தையின் அன்பான அணைப்பைப் பெறலாம் என்றிருந்த அவன், அழுத்தமான இருப்புப் பிடியிலே அகப்பட்டுத் திணறினான். அவன் கண்கள் நீர் நிலைகளாயின. அப்பா! அப்பா!! என்று அலறியபடியே சந்தனத்தின் முரட்டுத் தாக்குதலுக்கு ஆட்பட்டான். மரங்கள் சூழ்ந்த ஒரு இருட்டு மண்டபம். நிலவின் ஒளியையும் உள்ளே விடாமல் தடுக்கும் நெடிய தருக்களின் ஓரத்திலே ஒரு குட்டிச்சுவர். அந்தச் சுவற்றின் மீது செல்வத்தை வீசியெறிந்தான் சந்தனம். குத்துவிளக்கைக் குடும்பத்துப் பெண்கள் அன்பும், பக்தியும் வழிந்திட எடுத்து நடப்பார்கள். ஆனால் ஏற்றிய விளக்கைக் கூடத்தில் வைத்திட எடுத்துச் செல்லும்போது, கை தவறி, எண்ணையும் எரியும் திரியும் கையிலே விழுந்து விட்டால், நல்ல விளக்கென்றும் பாராமல் திடீரெனப் போட்டுவிடுவார்கள். அதே போலத்தான் சந்தனம், தன் அருமைச் செல்வன் செய்த தவறின் காரணமாக அவன்மீது வைத்திருந்த அன்பையெல்லாம் மறந்துவிட்டுக் குட்டிச் சுவற்றின்மீது குமார செல்வத்தை வீசியெறிந்தான் - குடும்பத்துப் பெண்ணனவள், குத்துவிளக்கை எறிந்ததைப்

போல! சுவற்றின் கீழ்த்தளத்திலே குப்புற வீழ்ந்த செல்வம், குமுறும் நெஞ்சுடனே எழுந்து நின்றான். அவனும் தந்தையை ஒரு கணம் மறந்தான். கோபக் கனல் அவன் விழிகளைப் பொத்துக் கொண்டு புறப்பட்டது, மரக்கிளை இலை தழைகளின் இடுக்கின் வழியாக, எட்டிப் பார்த்து வெள்ளிச் சிரிப்பு காட்டும் நிலவொளி, செல்வத்தின் முகத்தை சந்தனத்திற்கு எடுத்துக் காட்டியது. சந்தனமோ, உடலெல்லாம் நடுங்கிட, முகமெல்லாம் பயங்கரக் கீறல்கள் எழுந்திட உறுமினான் மகனைப் பார்த்து!

'கல்வி கற்கும் அழகு நன்றாயிருக்கிறதடா! காதல் நாடகம் நடத்தவா இங்கு வந்தாய்! அறிவு மணம் பெற வந்தவனுக்கு அர்த்தராத்திரிப் படிப்பு. விவேக சிந்தாமணியை அழைக்க வந்தவனுக்கு விரகதாப சிந்தாமணியின் அணைப்பு,' அறிவு பெறுவாய் என்று உன்னைக் கல்விச்சாலைக்கு அனுப்பினால் நீ காமவேள் நடன சாலைக்கு கால் கடுக்க ஓடுகிறாய்! இவ்வளவு கஷ்டப்பட்டு காதல் காவியமா படிக்க வந்தாய் முட்டாளே!

தந்தை பேசும் வரையில் மௌனமாக நின்று கொண்டிருந்தாலும்கூட, ஏதாவது பதிலுக்குச் சொல்லி விட வேண்டுமென்று தோன்றிற்று அவனுக்கு. அப்படி சொல்லக்கூடாதென்றும் எண்ணினான். அவனையும் மீறி சில வார்த்தைகள் குதித்துவிட்டன. பிறகென்ன; அணையிலே சிறு வெடிப்பு கண்டாலும் பெருவெள்ளம்தானே!

'காதலுக்கும் படிப்புக்கும் சம்பந்தமில்லை.'

'அதனால்தான் கேட்கிறேன்; அறிவு கெட்டத்தனமாய் ஏன் நடந்தாய் என்று! உனக்கென்னடா தெரியும் காதலைப் பற்றி!'

'தெரியும் - வாலிய உள்ளத்தின் வசீகர ஓவியம் காதல்! வாடிப்போன வயோதிக இருதயங்களுக்கு அதன் பெருமை தெரியாது!'

சந்தனத்திற்கு ஆத்திரமான சிரிப்பு வந்துவிட்டது. காதலைப்பற்றிய உண்மையைத் தன் மகனே தனக்குச் சொல்லும்போது ஒரு தந்தைக்கு சிரிப்பு வரத்தானே செய்யும். அதுவும் அந்த நிலைமையில் எரிச்சல் கலந்த சிரிப்பு வருவதில் என்ன வியப்பு. சந்தனம் சிறிது நேரம் அப்படியே நின்றான். அந்த அரைக் கணத்திலே அவன் இருதயத்திலே ஒரு பெறும் போராட்டம் நடை பெற்றுத்தான் இருக்கவேண்டும். இல்லா விட்டால் அவன் கொஞ்சம் இறங்கிவந்து பேசியிருக்கத் தேவையில்லை. அது என்ன போராட்டமாக இருக்கும்.

'அய்யோ பாபம்- இளைஞனுக்கு என்ன தெரியும் காதலைப் பற்றி. இளமை, பாம்பையும் தூக்கி விளையாடும் பருவ மாயிற்றே; பெரிய பெரிய மனிதர்களே, மனிதர்களென்ன! மகான்களே அந்த மயக்கத்தால் அழிந்தனர் என்று கதைகள் உண்டு - இவன் என்ன கண்டான்

அந்தக் காதலெனும் கயமைத் தன்மையைப்பற்றி என்று அவன் தன் இருதயத் தோடு பேசிக்கொண்டிருந்திருக்க வேண்டும். அந்தப் பேச்சு முடிந்ததும் மகனிடம் பேசத்துவங்கினான்.

'செல்வம்! வர்ணிக்கத் தெரியுமடா எனக்கும் கேள் இதை - கல்விச்சாலை ஒரு கடல்...அதிலே மூழ்கி முத்தெடுக்க வேண்டுமே தவிர, காதற் கிளிஞ்சல்களைப் பொறுக்கக் கூடாது.

பள்ளிக்கூடம் ஒரு தங்கச் சுரங்கம் அதில் பொன்னைத்தான் எடுக்கவேண்டும், காதலெனும் கனகாம்பரப் பூவைத் தேடி அலையக் கூடாது. சரித்திரங்களைப் படிப்பாய் சமுதாயம் வளர்ந்த விதங்களைத் தெரிந்துகொள்வாய் - என்று உன்னை சர்வகலாசாலைக்கு அனுப்பினால் நீ, சரசம் - சல்லாபம் இவைகளிலே ஈடுபட்டு சரிந்துபோகிறாய்!'

"சரித்திரத்திலேதான் படித்தேன்; ஷாஜகானுக்கும் மும்தாஜுக்கும் ஏற்பட்ட காதலை! ஆங்கில இலக்கியத்திலே

தான் படித்தேன், ஜூலியட்டும், ரோமியோவும் ஜோதிமயமான காதல் நட்சத்திரங்கள் என்று!''

"அதைப் படித்தாய் - ஆனால் கிளியோபாட்ராவின் கிளிமூக்கிற்கு அடிமையான சீசர், ஆண்டனி இவர்கள் சீரழிந்த விதத்தை நீ படித்திருக்கமாட்டாய்! காதலாம் காதல் பித்துப்பிடித்த சில எழுத்தாளக் கழுகுகள் பிராண்டிவைத்த காட்டுமிராண்டிக் கற்பனை. காமத்துக்குப் போடுகின்ற திரை. எதன் பெயரடா காதல்! இளிச்சவாயனே! தசைப் பொம்மைகளின் மேல் ஏற்படுகின்ற தணியாத வேட்கைக்குப் பெயர் காதல்! வெளி அழகைக் கண்டு கண்களின் ஒளி இழந்தவர்கள் உளறிவைத்த உருட்படாத சொல் அலங்காரத்துக்குப் பெயர் காதல்! சூதுக்குப் பெயர் காதல்! சூன்யத்துக்குப் பெயர் காதல்! சுகங் காணுகிற இடத்துக்குத் தாவுகிற உணர்ச்சிக்குப் பெயர் காதல்! நானும் பார்த்திருக்கிறேன் காதலை! நானும் பார்த்திருக்கிறேனடா 'காதல் காதல்!" என்று பேசி, கடைசியில் என்னைக் காணவும் சம்மதிக்காத ஒரு காதகியை"

"சூடான பாலை சுவைத்த பூனை - ஆறிப்போன பாலைப் பார்த்ததும் அஞ்சி நடுங்குகிறது!"

"சீ! என்ன சொன்னாய் - அந்த மூதேவியின் மோகம் தலைக்கேறிவிட்டதா?''

"என் மூச்சோடு கலந்தவளை மூதேவி என்று சொல்லாதீர் கள், என் விழியிலே புகுந்துவிட்டவளை விரட்டமுடியாது என்னால்!"

"அடேய்! முள்ளம்பன்றிகளைவிட மோசமானவர்களடா பெண்கள்! உள்ளத்தைக் காதலிக்கத் தெரியாத கள்ளத்தனம் வாய்ந்தவர்களடா!'' அவர்களுக்குத் தேவையானது, கருத்துக்கு விருந்தல்ல - கண்ணுக்கு ரம்மியம் - அன்பல்ல, அவர்கள் விரும்புவது! அழகு! அழகு! அழகு இருக்கும் வரையில் அடிமையாயிருப்பார்கள். அழகு தேய்ந்து விட்டால் வேறிடத்துக்குப் பாய்ந்து விடுவார்கள் !''

"உங்கள் அனுபவத்தை மட்டும் வைத்துக் கொண்டு காதலுக்கு அகராதி தயாரிக்கிறீர்கள் '

'ஆ! ''

சந்தனத்தின் தொனி, யானை பிளிறுவது போல் இருந் தது. தன்னுடைய அனுபவத்தை தன் மகனே இழித்துரைக்கிறானே- என்று கொதித்தான். அந்த வேகத்தில் செல்வத்தின் இரண்டு தோள் பட்டைகளையும் பயங்கரமாக உலுக்கிய படியே "என்னடா சொன்னாய் ?" என்று கத்தினான், இனி எதற்கும் துணியவேண்டியதுதான் என்ற நிலைமைக்கு ஆளான செல்வம்; காதல் மீது அவன் வைத்திருந்த மதிப்புக்கும், சிந்தை கவர்ந்த சிங்காரியாம் சித்ராவின் மீது கொண்டிருந்த அளவிட முடியாத ஆசைக்கும், தந்தை கற்பிக்கும் களங்கத்தை சகித்துக்கொள்ள முடியாமல் எதிரே நிற்பது தந்தை யென்றும் பாராமல் ஒரு வார்த்தை கூறி விட்டான். சந்தனமே, தன் மகனிடம் எதிர் பார்க்காத வார்த்தை அது!- 'என்னடா சொன்னாய்' என்று அதட்டி உலுக்கியதுதான் தாமதம்; உடனே செல்வம் "சும்மா நிறுத்தும்; உமது அவலக்ஷணத்தை யாரும் காதலிக்கவில்லை என்பதற்காக எங்கள் மீது சீறுகிறீர்"- சொல்லி முடித்தான் செல்வம், அவன் தோள் மீது இருந்த சந்தனத்தின் கைகள் திடீரென எடுக்கப்பட்டன.

"அய்யோ!" என்று தன் தலையில் பலமாக பலமுறை அறைந்து கொண்டான் சந்தனம், அவனால் நிற்க முடியவில்லை. மயக்கம் வந்துவிட்டது போலிருந்தது. அழ வேண்டும் - நன்றாக அழவேண்டும் என்ற

உணர்ச்சி அவன் நெஞ்சத்தை கனமாக்கியது. ஆம்; அழுதேவிட்டான் -ஏழெட்டு வருடங்கள் சிறைச்சாலையிலே காலத்தைப்போக்கி, தன் அன்பு மகனைக் காண வந்த அவன் - இவ்வளவு பெரிய தீக்குண்டத்திலே தன்னைத் தள்ளி விடுவான் என்று எதிர் பார்க்கவில்லை. 'ஓ'-வென அழுது விட்டான். கால்கள் பூமியிலே பதியவில்லை.

குடிகாரனைப்போல் தள்ளாடினான். போதையில் உளருகிற விதத்திலே ஏதேதோ பேசினான்

"அவலட்சணம்! நீயும் கூறி விட்டாயா? நீதானடா பாக்கி உன்னைக் கஷ்டப்பட்டு வளர்த்ததற்கு, கடைசியாக நீ தந்த காணிக்கை, அவலட்சணம் என்ற பட்டம். இந்தப் பட்டம் பெறத்தானா, உன்னைத் தோளிலும், மடியிலும், தொட்டிலிலும் போட்டுத் தொல்லைகள் அனுபவித்து வளர்த்தேன். அழகே உருவெடுத்தவனே! அதனால் அகம்பாவம் கொண்டிருப்பவனே! கள்ளக் காதலியை அடிமையாக்கி வைத்திருக்கும்,உன் கட்டுக்குலையாத அழகு, இந்த அவலட்ச ணத்தால் தானடா வளர்க்கப்பட்டது!

அவலட்சணம் - அகோரம் விகாரம் - அலங்கோலம்! அறிவு கெட்ட சிறுவனே! அவலட்சணத்துக்கும் அறிவுக்குந் தானடா உலகத்தில் நிரந்தரப் போட்டி! அதிலே அழகு ஜெயித்ததில்லை - ஜெயிக்க முடியாது!

இன்று அழகு. நாளை விகாரம். இளந்தளிர், பழுப்பாகும். இளமை, கிழமாகும். அழகு, அலங்கோலமாகும். என் முகத்தைத் திராவகமும், தீயவனும் தீய்த்துவிட்டார்கள். இளமை தவழும் முகங்கள் கால ரேகைகளால் கரைபட்டுப் போகுமென்பதை மறந்து விடாதே! கொய்யா இதழ் கொம்புத் தேன் கொட்டும் கன்னம் - குழிவிழுந்துபோகும்!

கோமளத் தாமரைகள், குளிர்ச்சி தரும் கண்கள் குருடாகிவிடும்!

வாலிப வனப்பு. வயோதிகப் படையெடுப்பின் முன்னே, சரணடையத்தான் வேண்டும். அப்போது பார்; அழகு ஜெயிக்கிறதா - அலங்கோலம் ஜெயிக்கிறதா என்று!

அலங்கோலம், அவலட்சணம், எவ்வளவு கருணையற்ற உள்ளமடா உனக்கு! ரத்தம் கசியும் இருதயமடா இது ! இதிலே நீ வேறு ஈட்டியைப் பாய்ச்சிவிட்டாய். நீ என்ன செய்வாய்; என்னை அவலட்சணமென்று நினைத்து அலறி ஓடி விட்ட

அற்ப புத்திக்காரியின் அருந்தவப் புதல்வன்தானே நீ! மனைவி புதல்வன் - அவர்களாலேயே சகித்துக்கொள்ள முடியவில்லை என் அழகை. அழகு விரும்பிகள் கலாரசிகர்கள்; அவர்களிடத்திலே இந்த அவலட்சணத்திற்கு வேலையில்லை! வேலையில்லை ! வேலையில்லை!

இப்படி ஓங்கி அலறியவாறு இருண்ட மண்டபத்தின் உடைந்த தூணிலே தலையை 'படீர்! படீர்!' என்று மோதிக் கொண்டான் சந்தனம்.

செயலற்றுப்போன செல்வம், அவனருகே ஓடிப்போய்-. 'அப்பா! அப்பா!' என்று கதறினான் காலில் விழுந்தான்.

'அப்பனும் - மகனும்! அவலக்ஷணத்திற்கு ஏதடா மகன்!'' என்று அவனைப் பிடித்துத் தள்ளிவிட்டு ஓட ஆரம்பித்தான் சந்தனம். "அய்யோ, அப்பா என்னை மன்னித்து விடுங்கள்" என்று பின்னே ஓடினான் செல்வம்.

ஓடிய சந்தனம், பயங்கரமாகத் திரும்பி - "நான் யார் உன்னை மன்னிக்க இனி இந்த உலகில் எனக்கு யார் இருக்கிறார்கள் பாவி மகனே! இன்னும் சிறிது நேரத்தில் மூச்சற்று சாயப்போகும் என் பிணத்தையும் உன் அழுக்குக் கரங்களால் தொடாதே!" என்று சொல்லிவிட்டு சந்தனம் அந்த மரமடர்ந்த சோலையைத் தாண்டி குவிந்து கிடக்கும் மலைப்பாறைகளின் பக்கம் ஓடினான்.

'சித்ராவை மறந்து விடுகிறேன் மறந்து விடுகிறேன் அப்பா!' என்று செல்வம் பின்தொடர்ந்தபடி கதறியது சந்தனத்தின் காதில் விழவில்லை. இருவரும், நிலவு பொழியும் அந்த இரவில் ஓடிக்கொண்டேயிருந்தார்கள்.

4

சந்தனத்தின் வேகம் நிறைந்த ஓட்டத்தைப் பிடிக்க முடியவில்லை. தந்தை ஏதோ ஒரு விபரீத முடிவோடு

செல்கிறார் என்பதுமட்டும் தெளிவாகப் புரிந்துவிட்டது அவனுக்கு; எப்படியும் அப்பாவிடம் மன்னிப்புக் கேட்டுவிட வேண்டு மென்று அவன் துடித்தான். ஐந்து விரலோடு ஒட்டி ஒரு சிறு விரல் முளைத்திருந்தால் அந்த மனிதனைப் பார்த்து; "ஏ ஆறு விரல்" என்று அழைத்தால் அவனுக்கு எவ்வளவு கோபம் வருகிறது - அழைப்பதென்ன; "ஆறு விரல் உடையோனே! ஆசையுள்ள ஆண் மகனே! என்று போற்றிப் பாடினால்கூட அவன் ஆத்திரமே கொள்வான் "ஐந்து கரனே! ஏக தந்னே! மூஷிகனாவாகனா!" என்று பக்தர்கள் கேலியாக அழைக்கும்போது விநாயகர் வேண்டுமானால் தன் அங்கஹீனங்களையும் அவலட்சணங்களையும் நினைத்து கவலைப்படாமல் கல்லுப்போல் உட்கார்ந்திருக்கலாம், உயிருள்ள மனிதர்கள் அந்தக் கேலிகளைச் சகித்துக்கொள்வது மிகவும் கஷ்டந்தான். அதுவும் தந்தையின் அவலட்சணத்தை மகனே கேலி பேசுவது என்றால் அதைச் சந்தனம் பொறுத்துக் கொள்ள முடியுமா? தனக்கு ஏற்பட்ட அந்த விகார உருவை நினைத்து, நினைத்து மனம் புழுங்கிப்போனவனல்லவா அவன் -ஆகையால் அவனால் தன் செல்வத்திருமகனை மன்னிக்க முடியவில்லை. மன்னிப்புப் பெற ஓடோடியும் வரும் மகனையும் திரும்பிப் பார்த்திடும் எண்ணம் ஏழவில்லை. சரி-இனிமேல் தந்தையைக் காணமுடியாது என்ற தீர்மானத்திற்கு வந்து விட்டான், ஓடிக் களைத்த செல்வம். மேல் மூச்சும், கீழ்மூச்சும் போட்டி போட, ஓடிய திக்கையும் அறிய முடியாமல் தவித்தான்.

அவன் கண்களில் இரு பெரும் நீர்வீழ்ச்சிகள் அவன் வாய் முணுமுணுத்தது அதுவும் திணறி திணறி நாக்குழறிக்குழறி! "அப்பா! அப்பா!'-பிறகு ஓவென அலறி விட்டான் செல்வம். எவ்வளவு நேரம் அப்படி அலறிக் கொண்டிருந்தானோ தெரியாது; பின், வந்த வழியே திரும்பினான், சித்ராவை பார்க்க வேண்டும் போலிருந்தது அவனுக்கு. அந்த இருட்டில் இனிமேல் அவளை எங்கு போய்த் தேடுவது; தேடிக் கண்டுபிடித்தால் தான் அவன் இருதயத்தின் சுமையைக் கொஞ்சம் குறைத்திட முடியும் சித்ராவும் அவனும் காதலர்கள்

தான்; ஆனால் அவன் சித்ராவின் வீட்டுக்குச் சென்றதில்லை- சித்ராவின் தாயார் தங்கம்மாள் அவர்களுடைய காதல் கதைக்கு உடனடியாக மதிப்புரை எழுதக்கூடிய குணம் படைத்தவள் அல்ல என்பதை செல்வம், சித்ராவின் வாயிலாகக் கேள்விப்பட்டிருக்கிறான். அதனால் அவன் அவளுடைய வீட்டில் நுழைந்ததே இல்லை. தங்கம்மாள் ஏழைதான் என்றாலும் தன் மகள் சித்ராவை செல்வமாக வளர்த்து வருகிறாள்; அவள் பிரியப்படியே நடந்து வருகிறாள் என்றெல்லாம் காதலியின் மூலமாக அவன் கேட்டிருக்கின்றானே தவிர, தங்கள் இருவரின் காதல் தோன்றிய நாள் முதலே நோயுற்றுப் படுக்கையிலிருக்கும் சித்ராவின் தாயார் தங்கம்மாளை அவன் சந்திக்க துடித்ததும், சமயம் ஏற்படவில்லை. "உன் அம்மா வியாதியாயிருக்கிறார்களே; அவர்களை நான் பார்க்கிறேனே; நான் பார்த்ததே இல்லையே" என்று செல்வம் சொன்னபோதெல்லாம்; அய்யோ வேண்டாம்-எங்கம்மா பெரிய பழைய காலம்: மூடநம்பிக்கையின் சிகரம்; அவர்கள் நம்மிருவரையும் சேர்த்து பார்த்தால் உடனே புரிந்துகொண்டு, இந்த சகவாசம் எல்லாம் கூடாது சித்ரா ! என அழ ஆரம்பித்து விடுவார்கள்' என்று அவள் அவனை வீட்டுக்கு வராமல் தடுத்திருந்தாள். அத்தகைய தாயைப் பெற்றிருக்கும் தன் அருமைக் காதலியின் வீட்டுக்கு இப்போது அவன் எப்படியும் போய்த் தீர்வது என்று முடிவு கட்டிவிட்டான்.

தந்தையின் திடீர்ப் பிரவேசத்தால் தீ மிதித்தவன் போலாகிவிட்ட என் மலர்ப்பாதமுடையாள்-மனவாட்டத்தை சுமக்க முடியாமல் தூக்கத்திலிருந்து விடுபட்டுத் துடித்துக் கொண்டு தானிருப்பாள் - கொல்லைப்புறம் நின்றுகொண்டு, ஒரு குரல் கொடுத்தால்போதும்; எப்படியும் ஓடிவந்து விடுவாள் பூனையின் பாதத்தைவிட மிருதுவான பஞ்சுப் பாதங்களாயிற்றே அவளுக்கு அதனால் அவள் அம்மாவின் காதுகளை நன்றாக ஏமாற்றி விடமுடியும் - இருவரும் சந்திக்கலாம்; இருதயக் கீறல்களுக்கு மருந்து போட்டுக் கொள்ளலாம் என்று எண்ணியவாறு செல்வம், சித்ராவின் வீடு

நோக்கி நடந்தான். கொல்லைப்புற வேலியைத் தாண்டிக் குதித்தான் அப்போது அவன் காலிலே குத்திய முட்கள் கணக்கிலடங்கா. அவைகளையெல்லாம் எடுத்தெறிந்தான். 'இந்த முட்களை எடுத்துவிட்டேன்; என் நெஞ்சிலே சொருகிவிட்ட முட்களை வேதனையில்லாமல் எடுத்துவிட முடியுமா? அல்லது, எடுக்கும் முயற்சியிலேயே இறந்து விட வேண்டுமா' என்றெல்லாம் அவனுக்குள்ளாக சொல்லிக் கொண்டான். அந்த நல்ல வாலிபனின் காந்தி நிறைந்த முகம், தூசி நிறைந்த கண்ணாடி போல் ஆகியிருந்தது. நிலவின் ஒளியிலே சித்ரா வீட்டுக் கொல்லை வாயிலை அவன் அடையாளம் கண்டுபிடித்து விட்டான். அந்த வாயிலை நோக்கி அவன் நடந்தான். அவனுக்கே அவனை நம்ப முடியவில்லை. கதவு திறந்து கிடந்தது, சற்று திகைத்தான் – நின்று கவனித்தான். அவன் நெஞ்சு படபடவென அடித்துக்கொண்டது. மீண்டும் உன்னிப்பாக கவனித்தான். உள்ளேயிருந்து தேம்பும் குரல் கேட்டது! விக்கி விக்கி அழுகிற ஒரு பெண்ணின் தொனிதான் அது!

"சரி -நமது விஷயம் அவள் தாய்க்கும் தெரிந்து விட்டது; அதனால் மகளைக் கண்டித்திருக்கிறாள்!" என்று தனக்குத் தானே பதில் சொல்லிக்கொண்டான். அவன் நெஞ்சு முன்னிலும் பலமாக அடித்துக் கொண்டது. அழுகை ஒலியுடன் 'அம்மா! அம்மா! என்ற ஒலியும் கொஞ்சம் உச்சஸ்தாயில் கேட்டது.

"சித்ரா!" என்று கூப்பிட்டுவிடலாமா என்று தோன்றியது அவனுக்கு! "ஒரு வேளை - நோயால் பீடிக்கப்பட்டிருந்த அவள் தாய் திடீரென இறந்திருக்க வேண்டும்" என்ற யூகமும் பிறந்தது - ஆகவே மெதுவாக அடியெடுத்து வைத்து வீட்டுக்குள் பிரவேசித்தான்; உள்ளே பார்த்தான். மினுக் மினுக்கென்று ஒரு மங்கலான விளக்கு தன்னால் முடிந்த கடமையைச் செய்துகொண்டிருந்தது. அந்த ஒளியிலே சித்ரா கீழே சுருண்டு படுத்திருப்பதும் தெரிந்தது, சுற்று முற்றும் பார்த்தான், ஒரு கயிற்றுக் கட்டில் ஆம்; அதில் தான் நோயுற்ற அவள் தாய் படுத்திருக்க வேண்டும் இப்போது அவள் எங்கே

போய்விட்டால்? ஒருவேளை தன் தகப்பனைப் போல அவளும் எங்காவது ஓடி விட்டாளா? இதையெல்லாம் சிந்தித்துக் கொண்டிருக்க செல்வத்துக்கு நேரமில்லை, அவன் சித்ராவைப் பார்த்ததும் 'சித்ரா!' என்று கதறி விட்டான், அவளும் திடுக்கிட்டுத் துள்ளி எழுந்தாள், “செல்வம்” என்று கூவியபடி அவன்மீது தாவிவிட்டாள். இருவரும் சிறிது நேரம் எதுவுமே பேசவில்லை; அழுது கொண்டிருந்தார்கள்.

"ஏன் சித்ரா, அழுகிறாய்? அம்மா?" ‘‘அம்மாவா?’’

"அம்மாவுக்கு என்ன...?"

‘“அம்மா!’”

"அழாதே சித்ரா! விஷயத்தைச் சொல் ! ... அம்மா எங்கே-போனார்கள்?"

"திரும்பி வராத இடத்துக்குப் போகிறேன் என்று சொல்லிவிட்டுப் போய் விட்டார்கள்!”

‘‘ஆ

ஆ!..... இறந்து விட்டார்களா" 'இறந்து விடுகிறேன் என்னை இழந்து விடு சித்ரா ! என்றுகூறிப் போய்விட்டார்கள்!”

"புரியும்படி சொல் - நானே குழப்பமாக இருக்கிறேன் - நீ அதை அதிகப்படுத்திவிடாதே !"

"நம்மிருவரின் காதலை அம்மா தெரிந்து கொண்டார்கள்'

"என் அப்பாவைப் போலக் கோபித்துக் கொண்டார்களா?"

"அப்படித்தான் எதிர்பார்த்தேன் - ஆனால் என் அம்மா, அவ்வளவு கோபமடையவில்லை. புத்தி சொன்னார்கள்; காதல் புனிதமானதுதான் - ஆனால் அதிலே வெற்றி பெறுவது கஷ்டம், சித்ரா! இந்தப் பாழும் உலகம் காதலுக்கு விதிக்கும் கட்டுப்பாடுகள் மிகப் பயங்கரமானவை “நாடகத்தில்,

காவியத்தில் காதலென்றால் நாட்டினர் தாம் வியந்து நன்றாம் என்பர்-வீடகத்தே கிணற்றோரத்தே ஊரினிலே காதலென்றால் உறுமுகின்றார் - பாடை கட்டி அதைக் கொல்ல வழி செய்கின்றார்" - என்ற பாரதியின் பாட்டைக் கேட்டும் திருந்தாத நாடு பெண்ணே, இந்தக் கேடுகெட்ட நாடு! என்று அழாக்குறையாகச் சொன்னார்கள்"

'அய்யோ அவ்வளவு நல்லவர்களா ! 'கேளடி என் கண்ணே உலகம் மிகப் பொல்லாதது! அதன் கோரப் பற்களுக் கிடையே அகப்பட்டுப் போன காதலர் தொகை ஏராளம்! ஏராளம்!! தினைப்புனத்து வள்ளிக் குறத்திக்கும், தேவ லோகத்து முருகனுக்கும் கல்யாணம் செய்து அந்தந் திருவிழாவை நடத்தும் பக்தர்களே, தங்கள் வீட்டிலே அப்படி ஒரு காதல் திருமணம் நடக்க வொட்டாமல் நல்ல பாம்பு போல் சீறுவார்கள்-கடவுள் காட்டிய பாதையையே அலட் சியம் செய்வார்கள்' என்று கண்ணீர் சிந்தியபடி அம்மா பேசினார்கள்."

"உன் அம்மா இங்கிருந்தால் இப்போது ஒரு திருத்தம் கூட சொல்லுவேன் தேவலோகத்து முருகன் என்றால் வெறும் பிரம்மச்சாரி முருகனல்ல ; தெய்வயானையின் புருஷன் கூட! அவனுக்கு ஒரு குறப்பெண்ணை இரண்டாந்தாரமாக மணமுடித்து வைக்கும்-இந்த "சட்டம் மீறி"கள் - காதலுக்குத் தடை போடுகிறார்கள் என்று !'"

'அந்தத் திருத்தத்தை அம்மா ஏற்கமாட்டார்கள் ஆண்டவனைக் குறை கூறல் அவர்களுக்குப் பிடிக்காது? அந்த நம்பிக்கையிலேதான் போலும் என் அம்மா—இப்படித் தன் வாழ்வைக் கெடுத்துக்கொண்டார்கள்!"

"எப்படிக் கெடுத்துக் கொண்டார்கள் கொஞ்சம் விளக்கமாகச் சொல்லேன் சித்ரா !'"

"எனக்கே தெரியாது விளக்கமாகச் சொல்ல ! ஏதோ ஒரு பெரிய வேதனை என் அம்மாவின் உள்ளத்தை உருக்கிய படியிருந்தது என்பது மட்டும் எனக்குத் தெரியும்

நான் காணாமலிருக்கிற எத்தனையோ சமயங்களில் அவர்கள் அழுதிருக்கிறார்கள் என்பதை அவர்கள் கண்கள் சொல்லும் தூங்குவதுபோல் இரவில் நான் படுத்திருக்கும்போது அவர்கள் தேம்பி அழுவதை நான் கேட்டிருக்கிறேன். ஏன் என்று நீ கேட்டதில்லையா?''

'கேட்டாலும் பதில் கிடைக்காது. ஆகவே அது வழக்கமாகி விட்டது !"

"சரி - இன்றைக்கு என்ன நடந்தது; அதைச் சொல்லு கண்ணே !''

அம்மா என்னைத் தேடிக்கொண்டிருக்கும்போது நான் அழுதபடி வீடு வந்து சேர்ந்தேன். ஏன் அழுதுகொண்டு வந்தேன் என்றுதான் தெரியுமே; நாமிருவரும் இனி சேர மாட்டோம் என்ற பயங்கர நினைவு என்னை அப்படி அழவைத்துவிட்டது! அம்மா கேட்டார்கள் - ஏன் அழுகிறாய் - என்று! நான் விஷயத்தை ஜாடையாக சொன்னேன் - அப்போதுதான் நான் இப்போது கூறிய உபதேசத்தை ஆரம்பித்தார்கள்-''

''சரி! நான் யாரென்று உன் அம்மாவிடம் சொன்னாயா?" அதைச் சொன்ன பிறகுதானே விபரீதப் புயல் வீச ஆரம்பித்தது !''

''ஏன்?

"என்ன காராணம்? அழாமல் சொல்லு சித்ரா!"

"உன் காதலன் பெயர் என்ன என்று கேட்டார்கள்; செல்வம் என்றேன் - அம்மாவின் முகம் மாறிவிட்டது. கண்கள் கலங்கிவிட்டன - செல்வத்தின் அப்பா எப்படியிருந்தார் என்று கேட்டார்கள்; "பார்ப்பதற்கு பயங்கரமான முகம், அம்மா" என்று கூறினேன்—அவ்வளவுதான்; அம்மாவின் நிலையை என்னால் வர்ணிக்க முடியாது செல்வம்! தரையில் விழுந்து புரண்டு அழுதார்கள். நோயின் காரணமாக கட்டிலிலே

யிருந்து எழுவதற்கும் இயலாத என் தாய், கட்டிலிலேயிருந்து தரையில் உருண்டதும், வீடு முழுதும் புரண்டதும் அய்யோ செல்வம்-என்னால், அதை நினைக்கவே முடியவில்லை! நான் "அம்மா! அம்மா!" என்று அவர்களைத் தடுத்துப் பார்த்தேன், கதறிப் பார்த்தேன், என்னால் அடக்க முடியவில்லை அவர்களை! பிறகு அவர்களாகவே எழுந்தார்கள். ஏதோ ஒரு உறுதியோடு நின்றார்கள் இந்தா சித்ரா, இதை வைத்துக்கொள்'' என்று நான் இது வரையில் காணாமலிருந்த இந்த டைரியை என்னிடம் கொடுத்தார்கள்-கொடுத்துவிட்டு "அருமைக் கண்ணே! என்னை மறந்துவிடு ! என்னை இழந்து விடு !" என்று கூறியபடி என்னை முத்தமிட்டாள்.

டைரியைப் படி ! அதன்படி நடந்துகொள்! என்று மீண் டும் என் கன்னத்தில் முத்தங்களைப் பொழிந்தார்கள். எனக்கு மயக்கம் வந்துவிட்டது. பிறகு என்ன நடந்தது என்றே தெரியாது - இப்போதுதான் கண் விழிக்கிறேன் - என் செல்வத்தைக் காணுகிறேன். என் அம்மாவை இழந்து விட்டேனா செல்வம்; நான்? இனிமேல் அம்மாவைக் காணவே முடியாதா செல்வம்?''

சித்ரா செல்வத்தின் தோளிலே சாய்ந்தாள்-

''சரி—அந்த டைரி எங்கே?'' என்று செல்வம் கேட்டான்.

''நான் அதைப் பிரிக்கவும் இல்லை-இதோ இருக்கிறது" என்று கட்டிலின்மீது கிடந்த டைரியை எடுத்து அவனிடம் கொடுத்தாள்! அவன் டைரியைப் பிரித்தான்.

முதல் பக்கத்தைப் பார்த்தான் -"அய்யோ! மோசம் போய்விட் டோம் சித்ரா!'' என்று கூச்சலிட்டான் செல்வம்.

''என்ன என்ன?'' என்று அழுகையும், ஆவலும் ததும்பக் கேட்டபடி டைரியை வாங்கினாள் சித்ரா.

ஆம்; மோசம் போய்விட்டதாகவே அவளும் முடிவு கட்டினாள்-டைரியின் முதல் பக்கத்திலே ஒரு காதல்

ஜோடியின் புகைப்படமிருந்தது. அதன் கீழே சந்தனம்--குமுதம் என்று கையெழுத்தும் போடப்பட்டிருந்தது! குமுதம், வேறு யாருமில்லை-தங்கம்மாள்தான்! சித்ராவின் தாயார் தங்கம்மாள் தான் அந்த குமுதம்!

குமுதம் யார் ?

செல்வத்தின் தாயார்!

தங்கம் யார்? குமுதமே தங்கம்!

சித்ரா யார்? குமுதத்தின் மகள்!

"அய்யோ. சித்ரா ! நாமிருவரும் சகோதரர்கள்?" என்று அலறிக்கொண்டே அந்த டைரியை வீசி யெறிந்தான் செல்வம். தாயின் குளிரை அடக்குவதற்காகப் புகைந்து கொண்டிருந்த கணப்புச் சட்டியிலே அந்த டைரி விழுந்து எரியத் தொடங்கியது. சகோதரர்கள் காதலர்கள் அதனால்தான் அம்மா - ஓடிவிட்டாள் உயிரை விடுவதற்கு என்று புரிந்துகொண்டாள் சித்ரா !

5

இருளிலே ஓடிக்கொண்டிருந்த சந்தனத்தைப் பிடிக்க முடியாமல் திரும்பிய செல்வம், தன் காதலியாக இருந்த சித்ரா, தன் சொந்த சதோதரி என்பதை டைரியின் முதல் பக்கத்தைப் பார்த்தும் உணர்ந்தான், உடனே இருவர் நெஞ்சிலும் நெருப்பு கொட்டியது போலாயிற்று நிலைமை.

அங்கே, செல்வத்தின் வார்த்தை கேட்டு, உள்ளம் சிதறிப்போன சந்தனம், ஒரு மலைப்பாறையின்மீது வேகமாக ஏறிக்கொண்டு இருந்தான். அந்த சாய்வான மலைப்பாறையின் உச்சியிலேயிருந்து. தன்னுடைய அலங்கோலமான உடலை சுக்குநூறாக்கிக் கொள்ளலாம் என்ற முடிவோடு மேல் நோக்கி நடந்தான். மண்ணின் அடித்தளத்தில் காலூன்றி, விண்ணின்

விளிம்பைத் தொடுவது போல தன் உச்சியை நீட்டிக்கொண்டிருக்கும் அந்த சாய்வுப் பாதையிலே சந்தனம் சாவுப்பாதையை எண்ணி ஒரு விரக்தியான மகிழ்ச்சியோடு ஓடினான். உயர்ந்த பாறை - அதன் கீழே பயங்கரமான பள்ளம். அந்தப் பள்ளத்தின் முரட்டுத்தனமான அனைப்பிலே தன் உயிரைப்பிழிந்து கொடுத்து, சரீரத்தையும் சக்கை சக்கை யாக ஆக்கிகொள்ளும் வெறியுடன் சந்தனம் ஏறினான்.

தற்கொலை செய்து கொள்வது தகாத பண்பு, கோழைகள் செயல் என்றாலும் - சாவதற்கு ஒரு அசாதாரணமான துணிவும் வேண்டும். அந்தத் துணிவோடுதான் சந்தனம் ஆகாயத்தை நோக்கி நிற்கும் அந்த ஆபத்தான குன்றிலே மேல் நோக்கி ஏறினான்; கீழ் நோக்கி வீழ்ந்து சாவதற்காக!- அந்தப் பாறையின் உச்சியை அடைந்துவிட்டான். அவனுக்கு முன்பாக அந்த உச்சியிலே நின்று கொண்டிருந்தது ஒரு உருவம் அவன் கண் முன்னே தெரிந்தது; அவனது வேகம் தணிந்தது. அந்த உருவம், பாறையின் முகப்பில் இருந்த படி கீழ் நோக்கியவாறு தேம்பி அழுதது. - கடைசியாக, உரக்க ஒரு வார்த்தை வெளிப்பட்டது! "சந்தோஷமான சாவே! இதோ இந்த ஏழைக் குமுதாவை ஏற்றுக்கொள்!'' அந்த வார்த்யைுடனே, அந்த உருவம், பாய்ந்திடத் தயாரானது. அதற்குள் - சந்தனம் அங்கே தாவிவிட்டான். தற்கொலை செய்துகொள்ள வந்தவன் இன்னுமொரு உயிரைக் காப்பாற்றிடும் சூழ்நிலைக்கு ஆளாகி விட்டான்.

குமுதா! குமுதா! ஆம்- அவன் நெஞ்சத்துக் கோட்டையை இடித்து எறிந்து விட்ட பெயர்தான் அது ! அவனது உள்ளத்துப் பூங்காவிலே நுழைந்து விட்ட சூறாவளி தான் அது ! அவனது இன்பகரமான வாழ்விலே விழுந்து விட்ட இடிதான் அந்தப் பெயர் ! ஆனாலும் அந்தக் குமுதா, உயிர்விடப் போவதை அவனால் தடுக்காமல் இருக்க முடியவில்லை. அதே நேரத்தில் - தன்னை யாரென்று அவளிடம் காட்டிக் கொள்ளாமலே, அவளது வாழ்வின் திருப்பங்களைப் பற்றித் தெரிந்து கொள்ள வேண்டுமென்றும் ஆசை கொண்டான் மேல் அங்கியை எடுத்து நன்றாக முகத்தை மூடிக் கொண்டு,

அவளோடு பேச ஆரம்பித்தான். அவளோ, நடுங்கியபடி தின்றாள். “யார்?' என்று சந்தனம் கேட்பதற்குள்ளாகவே, அவள் கேட்டாள்; “நீங்கள் யார்? என்னைத் தடுக்க?' என்ற கேள்வியை ! "நானா? நானும் உன்னைப் போலத்தானம்மா தற்கொலை செய்துகொள்ள வந்தேன் முதலில் உன் கதையைச் சொல்! பிறகு என் கதையைச் சொல்கிறேன். அதன் பின்னர் இருவருமே, சாவு உலகத்துக்கு பிரயாணத்தை ஆரம்பிப்போம்!" சந்தனம் கூறினான், குரலை மாற்றிக்கொண்டு பேசினான் என்றாலும், அவளது, குரல்வளையை நெறித்து விடலாமா, என்ற கேள்வி எழும்புகிற அளவுக்கு அவன் கோபத் தீயில் நின்று கொண்டு தானிருந்தான்.

“என் பெயர் தங்கம்" என்று கதையை ஆரம்பித்தாள் அவள்,

"முன்னுரையே - பொய்யுரையாக இருக்கிறதே உன் பெயர் குமுதம் அல்லவா?" என்றான் சந்தனம்.

“எப்படித் தெரியும் என் பெயர் ?"

“இந்த ஏழை குமுதத்தை ஏற்றுக்கொள் என்று, மரண தேவதைக்கு மடல் அனுப்பினாயே, அது என் காதிலே விழுந்தது.

"குமுதம் சற்று திகைத்து நின்றாள். பிறகு தாழ்வான குரலில், என் கதையை நீங்கள் கேட்கவேண்டாம் தயவு செய்து என்னை சாகவிடுங்கள்" என்று அழுதாள்.

"நானும் சாகத்தானே வந்திருக்கிறேன் உன் ரகசியக் கதையைக் கேட்டுக்கொண்டு போய்-நான் யாரிடம் சொல்லப் போகிறேன்; மேல் உலகத்தில்தான் சொல்லவேண்டும் மேல் உலகம் என்று ஒன்று இருந்து அங்கே போய் உன் கதையைச் சொன்னால், இதைவிட பெரிய கதையெல்லாம் எம்மிடம் உண்டு, என்று மேனகையும்-திலோத்தமையும், ஊர்வசியும்,

ரம்மையும் ஓடி வருவார்கள் ஆகையால் அங்கும் சொல்லமாட்டேன்; பயப்படாமல் உன் கதையைக் கூறு!"

"குமுதம் என்றுதான் என்னை அழைப்பார்கள். ஆனால் நான் அமுதமாக இருந்தேன்; அவருக்கு!"

"யாருக்கு? இதோபார் குமுதம் - இப்படி உட்கார்! உன் சோகச் சுமைகளை புரியும்படி இறக்கு!-யாருக்கு நீ அமுதமாக இருந்தாய்?'

"அவருக்குத்தான் என் அன்பருக்கு! - என் ஆருயிர் சந்தனத்திற்கு !"

இதைச் சொல்லும்போது குமுதம் உடம்பெல்லாம் நடுங்கியது. இருதய பாரத்தை கீழே போட்டுவிட வேண்டும்- கண்களிலே பெருக்கெடுக்கும் நீரிலே சோகப் பெருங் கற்கள் ஓரளவு கரைந்துவிட வேண்டும்- என்ற ஆசையோடு அவள் மேலும் பேசினாள் - சந்தனம், கூடியவரை தன்னை யாரென்று காட்டிக்கொள்ளாமலே அவள் பேசியதைக் கவனித்தான். ஆகாயத்திலே, நிலவு மேகத்திலே மறைவதும் வெளியே வந்து ஒளியைக் காட்டுவதுமாகத் தன் வேலையைச் செய்துகொண்டிருந்தது. சந்தனத்திற்கோ, குமுதாவின் கதைச் சுருக்கம் கிடைத்துவிட்டது.

'சந்தனத்தைக் காதலித்தேன், வீட்டிலே அப்பா எதிர்த்தார், இருவரும் காதலை வளர்க்க வெளியூர் ஓடினோம். செல்வன் பிறந்தான். என் அண்ணன் மலேயாவிலிருந்து திரும்பினான். எங்களை வெறுப்போடு நோக்கினான். என் அருமைச் சந்தனத்தின் அழகு முகத்திலே திராவகத்தை ஊற்றி அலங்கோலமாக்கினான். என்னையும் ஒரு இரவிலே திருட்டுத்தனமாகக் கடத்திச் சென்று, தனக்குள்ள செல்வாக்கின் காரணமாக பைத்தியக்கார விடுதியிலே சேர்த்துவிட்டான். பைத்தியங்களோடு வாழ்ந்தேன். நாலரை ஆண்டு காலம் அப்படி வாழ்ந்தேன் பின்னர் எனக்கு விடுதலை கிடைத்தது. அந்த வேதனைபுரியிலிருந்து - அந்தப் பித்தர்களின் வேடிக்கை மண்டபத்திலிருந்து வெளிவந்தேன்-

வெளி வந்த மறுநாளே என் சந்தனத்தையும், செல்வத்தையும் காணவேண்டுமென்று அண்ணனிடம் அழுதேன். அவனும் போகுமாறு விடையளித்தான். எங்கள் காதலின் தூய்மையைக் கருக்கிட இனியும் துணியேன் என்று வருத்தத்தோடு கூறி என்னை வழியனுப்பினான். வெளியூரிலிருந்த சந்தனத்தின் வீட்டுக்கு வரும் வழியிலே, ஒரு சிற்றூர். அதன் பெயர் பூரித்தார்குடி. அந்த பூரித்தார்குடி கிராமத்திலே ஒரு சாமியார் இருக்கிறார்; மிகவும் பெரிய மகான். அவரிடமுள்ள ஒரு கோழியை ஒரு வெறிநாய் கடித்து, அந்தக் கடிபட்ட கோழி, சாமியாரைக் கொத்தியதால் அவர் இறந்து சமாதியாகிவிட்டார். அந்த சமாதியிலே தினந்தோறும் பேய் பிடித்த பெண்கள் ஆடுவார்கள். அவர்களின் நோய் நீங்கும். அந்த இடத்திலே நீயும் போய், கோழிகடி சாமியாரைக் கும்பிட்டு அருள் பெற்றுப்போ என்று அண்ணன் சொல்லியனுப்பினான்.

அங்கே கோழிக்கடி சாமியாரின் சிஷ்யர் குஞ்சுக்கடி சாமியார் என்னைப்பற்றி விசாரித்தார். அந்தப் பெரிய மகானின் சிஷ்யர் எனக்கும் சந்தனத்துக்குமுள்ள காதலையும் அதில் குறுக்கிட்ட இடையூறுகளையும் நடந்தது நடந்தபடி சொன்னார். அதோடு, இனிமேல் நான் சந்தனத்தையோ அல்லது என் மகனையோ பார்க்கக் கூடாதென்றும் - என் ஜாதக பலன்படி, அப்படிப் பார்ப்பதால் உடனடியாக அவர்கள் இறந்து விடுவார்கள் என்றும் சாமியார் கட்டளை யிட்டார் என் ஜாதகத்தால்தான், என் காதலனின் முகம் கருகி விட்டதென்றும் சாமியார் சொன்னார். என் கணவனும், மகனும் எந்த இடையூறுமின்றி சுகமாக வாழவேண்டுமானால் அவர்களுக்கும் எனக்கும் இனி தொடர்பே இருக்கக்கூடா தென்றும் அவர் கூறிவிட்டார். சந்தனத்தின் வாழ்வும் செல்வனின் வாழ்வும் வளப்பட்டால் போதுமென எண்ணிய நான், என்னை அண்ணன் வீட்டிலேயே மறைத்துக்கொண்டு வாழ ஆரம்பித்தேன். காதலன் முகமும், செல்வன் முகமும் என் இருதயத்திலே பதிந்திருக்கும்போது வெளிப்பார்வைக்கு அவை ஏன் - என்ற திருப்தியால் வாழ்ந்தேன். என் பார்வைப்பட்டு அவர்கள்

வாழ்வு பட்டுப் போகுமாம். அத்துணை துட்டலக்கனமாம் நான் பிறந்த வேளை! யாராலும் பிரிக்கமுடியாத எங்களை சாஸ்திரம் பிரித்துவிட்டது. அந்தத் தடைமீறி போகலாமா? போனால் என் அன்புச் செல்வங்களின் உயிரல்லவா போய்விடும்.

ஆகவே என்னை ஒளித்துக்கொண்டு கிடந்தேன். திடீரென ஒருநாள் என் அண்ணனைக் கொலைசெய்து சந்தனம் சிறை புகுந்தார். ஆம், பழி தீர்த்துக்கொண்டார். என் அண்ணன் திருந்திவிட்டது அவருக்குத் தெரியாது நானே அனாதையானேன். தந்தையை அன்பே - இழந்து, தனயனையும் இழந்து தவித்த நான், தனயன் மனைவியையும் இழந்தேன். அவள் தனது குழந்தை சித்ராவை என்னிடம் ஒப்படைத்து மறைந்தாள். அந்தப் பர்மாக்காரி பெற்ற பைங்கொடி சித்ராவுடன் இந்தப் பக்கத்து ஊருக்கு, குடிவந்தேன் - சொந்த ஊரில் இருக்கப் பிடிக்காமல்! நோய் என்னை வாட்டியது - ஆம் மன நோய்தான் - சித்ராவுக்கு ஒரு காதலன் கிடைத்துவிட்டான். யார் தெரியுமா அந்தக் காதலன் - என் மகன் - என் ஆசை சந்தனத்தின் அன்புக் கனி. அந்த செல்வனுக்கு' என் அண்ணன் மகள் சித்ராவை திருமணம் செய்துவைக்க நான் என்ன மறுக்கவா போகிறேன். ஆனால் அந்தக் காட்சியை நான் பார்க்கக்கூடாதே!

என் மகனும், மருமகளும் காதலர்களாகிவிட்டார்கள். நானோ அவர்களை வாழ்த்த முடியாது. அன்றொரு நாள் குஞ்சுக்கடி சாமியார் கூறிய வார்த்தைகள் எனக்கு அணை போட்டன. அதோடு என் சந்தனமும் சிறையிலேயிருந்து திரும்பிவிட்டார். அவரையும் நான் பார்த்துவிடக் கூடாது. ஆனால் எல்லோரையும் பார்க்கும் சந்தர்ப்பம், சித்ரா செல்வம் திருமணத்தால் ஏற்பட்டுவிடும் - ஆகவே, என்னுடைய கதை முழுவதும் குறிக்கப்பட்ட டைரியை சித்ராவிடம் கொடுத்துவிட்டு, என் சந்தனத்தையும், செல்வத்தையும் காணமுடியாத லோகத்திற்குச் சென்றுவிட என்று முடிவுகட்டி இங்கு வந்தேன்."

அழுதுகொண்டே தன் கதையை முடித்தாள் குமுதம்.

குளமாகியிருக்கும், தன் விழிகளைக் காட்டிக் கொள்ளா மலே, சந்தனம் அவளிடம் கேட்டான்;

"அந்த சாமியார் என்ன சொன்னார்; சந்தனத்தை நீ பார்த்தால் உடனே, அவன் செத்து விடுவானா? அப்படித் தானே சொன்னார்?

"ஆமாம் - அப்படித்தான் சொன்னார் - அந்த மகான்" "மகான்! அவன் ஒரு மலைப்பாம்பு! இதோ பார் குமுதம், உன் சந்தனத்தின் முகத்தை! -சந்தனம் சாகிறானா பார்!" என்று முக்காட்டை விலக்கினான்' சந்தனம்.

குமுதத்திற்கு எதுவுமே புரியவில்லை. ஆ! ' அலறியபடி அவனை அணைத்துக்கொண்டாள். அவனது அலங் கோலமான முகத்திலே மாறிமாறி முத்தமிட்டாள்.

"குமுதம்-என்னை மனித்துவிடு ! தவறான எண்ணத்தால் நான் காதலைப்பற்றியே ஒரு தவறான முடிவுக்கு வந்து விட்டேன் - அந்த சாமியாரை விட்டு உன்னை ஏமாற்றியிருக்கிறான்; உன் அண்ணன் !- நீயும் ஏமாந்து விட்டாய் இதோ பார்! சாமியார் சொன்னது உண்மையானால் இப்போது நான் செத்திருக்க வேண்டுமே; மாறாக, சாகப்போன என்னையல்லவா உன் சுந்தரமுகம் காப்பாற்றியிருக்கிறது!" என்று கூறியபடி அவளை, அவனும் ஆரத்தழுவிக்கொண்டான்.

அண்ணனின் சூழ்ச்சியால், ஏற்பட்ட விபரீதத்தை எண்ணி குமுதம் கண்ணீர் வடித்தாள். உடளே இருவரும், சித்ராவையும் செல்வத்தையும் பார்த்திட ஓடினார்கள். ஓடும் போதே சந்தனம் கூறினான்- "காதல் ஒரு தொடர்கதை- அதிலே சங்கடம் அனுபவிப்பவர்களும், சஞ்சலம் கொண்டவர்களும்.சசந்தேகம் பிடித்தவர்களும், சாவுக்குத் துணிந்தவர்களும் கதாபாத்திரங்களாக இருக்கிறார்கள். இத்தகைய கதாபாத்திரங்களை, ரோமியோ ஜுலியட்டிலே - லைலா மஜ்னுவிலே, கிளியோபாட்ரா காதலிலே - ஒந்தல்லோ

கதையிலே, மும்தாஜ் காவியத்திலே, அம்பிகாபதி ஓவியத்திலே, பில்கணா விலே, இன்னும் பிறவற்றிலே காணுகிறோம் அந்தச் சிறு கதைகள் முடிந்து விடலாம்.

ஆனால், காதல் தொடர்கதை உலகம் உள்ளவரை முடியவே முடியாது இன்ப முடிவுகளும், சோகமுடிவுகளும் பின்னிப் பின்னி வரும் காதல் ஒரு பெரிய தொடர் கதைதான்''

இந்த உண்மையை, ஏதோ புதிதாக கண்டுபிடித்து விட்டது போல, அவன் குமுதாவின் குளிர்க்கன்னங்களில் முத்தமிட்டான். அப்பா! எத்தனை ஆண்டுகளாகிறது; அவளது கன்னம்-காதலனின் ஈர உதடுகளால் ஸ்பரிசிக்கப்பட்டு!

இருவரும் வீடுநோக்கி ஓடினார்கள் ''சித்ரா சித்ரா! என அழைத்தபடி உள்ளே ஓடிய குமுதம்-''அய்யோ என அலறி னாள். சித்ராவும்' செல்வனும் தூக்குமாட்டிக்கொண்டு பிண மாகத் தொங்கினார்கள்.

''தவறு செய்துவிட்ட சகோதரர்களை உலகமே மன்னித்துவிடு!" என்று சுவற்றிலே கரியால் எழுதப்பட்டிருந்தது,

குமுதா கதறினாள். சந்தனம் சுவற்றிலே முட்டிக்கொண்டான். என்ன செய்தால் என்ன; கருகிவிட்ட மொட்டுக்கள் மலரவாப் போகின்றன, "நீங்கள் சகோதரர்கள் இல்லை! இல்லை!'' என்று குமுதன் அலறினாள். அவளது டைரியோ நெருப்பிலே எரிந்து கிடந்தது. அய்யோ-இதை முழுதும் படிக்கவில்லை போலும்-அதனாலேயே என் தங்கங்கள் தங்களைத் தவறாகப் புரிந்துகொண்டன''' என்று தலையிலும் வயிற்றிலும் அடித்துக்கொண்டாள் குமுதா!

"காதலர்கள் அவசரக்காரரர்கள்" என்ற ஒலி சந்தனத்தின் இருதயத்திலே எழுந்தது.

இளம் தளிர்கள் இரண்டும், தங்களுக்கு மூத்தவர்கள் செய்த மூடத்தனத்திற்கு இரையாகி - பிணங்களாகத்

தொங்கிக்கொண்டே, "காதலோர் தொடர்கதையே!" என்ற பாட்டை பாடாமல் பாடிக்கொண்டிருந்தார்கள்.

★★★

9 788198 837578